பவுத்தம்:

ஆரிய திராவிடப் போரின் தொடக்கம்

எழில். இளங்கோவன்

உங்கள் ரசனை மேம்பட
வானவில்
புத்தகாலயம்

10/2 (8/2) போலீஸ் குவார்ட்டர்ஸ் சாலை (முதல் தளம்)
(தியாகராயநகர் பேருந்து நிலையத்திற்கும் காவல் நிலையத்திற்கும் இடைப்பட்ட சாலை)
தியாகராயநகர், சென்னை – 600 017
Phone: 2986 0070, 2434 2771 Cell: 72000 50073
Vanavil Puthakalayam 6 th sense_karthi
e-mail : vanavilputhakalayam@gmail.com
Website: www.sixthsensepublications.com

Title:
Boutham Ariya Dravida Porin Thodakam

Publisher
P. Karthikeyan

Editor
R. Muthukumar

Layout
C. Jaganathan
S. Nisha

Author:
Ezhil Elangovan

Address:
Vanavil Puthakalayam
(Between Thiyagaraya Nagar Bus Stop & Police Station)
Thiyagaraya Nagar, Chennai - 17
Phone: 29860070, 2434 2771
Cell: 72000 50073

Vanavil Puthakalayam
6 th sense_karthi
e-mail : vanavilputhakalayam@gmail.com
Website: www.sixthsensepublications.com

Edition:

First	: March, 2014
Second	: January, 2016
Third	: July, 2019
Pages	: 144
Price	: Rs. 222

தலைப்பு
பவுத்தம்: ஆரிய திராவிடப் போரின் தொடக்கம்

ஆசிரியர்
எழில். இளங்கோவன்

பக்கங்கள் : 144

விலை : ரூ. 222

முதற்பதிப்பு : மார்ச், 2014
இரண்டாம் பதிப்பு : ஜனவரி, 2016
மூன்றாம் பதிப்பு : ஜூலை, 2019

வானவில் புத்தகாலயம்
10/2 (8/2) போலீஸ் குவார்ட்டர்ஸ் சாலை
(தியாகராயநகர் பேருந்து நிலையத்திற்கும் காவல் நிலையத்திற்கும் இடைப்பட்ட சாலை)
தியாகராயநகர், சென்னை – 600 017
தொலைபேசி : 29860070, 24342771
கைபேசி: 72000 50073
மின்னஞ்சல்: vanavilputhakalayam@gmail.com

இந்தப் புத்தகத்திலுள்ள எந்த ஒரு பகுதியையும் பதிப்பாளர் மற்றும் எழுத்தாளர் அனுமதியை எழுத்து மூலம் பெறாமல் பதிப்பிக்கக் கூடாது

No part of this book may be reproduced or transmitted in any form without permission in writing from the author or publisher

நீங்கள் Smart Phone உபயோகிப்பவராக இருந்தால் QR Code Reader Application மூலம் இதை Scan செய்தால் நேரடியாக எமது இணையதளத்திற்கு சென்று மேலும் எங்கள் வெளியீடுகள் பற்றிய விவரங்களைப் பெறலாம்.

A3 ISBN : 978-93-82578-68-0

பவுத்தத்தை எனக்கு அறிமுகப்படுத்திப் படிக்கவும், எழுதவும், தோள்கொடுத்துத் துணைநின்ற என் அன்புத் துணைவி இரா. விஜயலட்சுமி அவர்களின் இணையற்ற அன்புக்கு இந்நூல்.

பேராசிரியர் சுப. வீரபாண்டியன்
பொதுச் செயலாளர்
திராவிட இயக்கத் தமிழர் பேரவை
சென்னை
24.01.2014

புத்தர் – புரட்சித் திராவிடர்!

புத்தர், அரச மரபில் வந்த சத்திரியர்.

புத்தருக்குப் பின், இரண்டாகப் பிரிந்த பவுத்தத்தின் ஒரு பிரிவுக்கு ஹீனயானம் என்று பெயர் சூட்டப்பட்டது.

ஒரு நோயாளி, ஒரு புதியவர், ஒரு பிணம் என உலக உண்மைகளைப் புத்தர் தன் 29 ஆவது அகவையில்தான் முதன்முதலில் பார்த்தார். அதனால்தான் அவர் துறவு பூண்டார்.

இவ்வாறாகவும், இன்னும் பல்வேறு வழிகளிலும் புத்தரைப் பற்றியும், பௌத்தம் பற்றியும் பல தவறான செய்திகள், பாடநூல்கள் உள்ளிட்ட பல நூல்களில் இடம் பெற்றுள்ளன. இவை அனைத்தையும் உரிய சான்றுகளுடன் உடைத்துப் போடுகிறது இந்நூல்!

புத்தர், ஓர் இனக்குழுத் தலைவரின் மகனே அன்றி, அரசர் வழித் தோன்றிய சத்திரியர் அல்லர். உழைக்கும் வர்க்கத்தைச் சேர்ந்தவர். பார்ப்பன மொழியில் சொன்னால், அவரும் சூத்திரரே!

வரலாற்றுப் பார்வையில் அவர் ஒரு திராவிடர். அவருடைய தாய்மொழி பாலி. அம்மொழி, திராவிடமொழிக் குடும்பத்தைச் சேர்ந்தது.

அவர் திராவிடர் என்பதாலேயே, பார்ப்பனர்களும், பார்ப்பன அடிவருடிகளும் இன்றுவரை அவரையும், அவர் வழித் தோன்றிய பௌத்தத்தையும் கடுமையாக எதிர்க்கின்றனர். இவ்வாறு பௌத்தம் பற்றிய சரியான பார்வையை இந்நூலில், நூலாசிரியர் தோழர் எழில் இளங்கோவன் எடுத்து வைக்கின்றார்.

அதேபோல, மஹாயானம் (பெருவழி) ஹீனயானம் (சிறுவழி) என்பதெல்லாம் பார்ப்பனர்கள் சூட்டிய பெயர்கள் என்னும் உண்மையையும் உரைக்கின்றார். உழைக்கும் மக்கள் நம்பும் கடவுளர்களுக்கு சிறுதெய்வங்கள் என்று பெயர் சூட்டியதைப் போல.

புத்தர் சொன்ன பௌத்தத்தைச் சிறுவழி எனக்கூறிச் சிறுமைப்படுத்த முயலும் பார்ப்பன முயற்சியைத் தகர்த்து, அதனைத் தேரவாதம்

என்றே அழைக்க வேண்டும் என்கிறார். மஹாயானம் என்பது கூடப் பொருத்தமான பெயர் அன்று. பௌத்த மதத்திற்குள் புகுந்து, அதன் அடித்தளத்தையே ஊடாடிக் கெடுக்க முயன்ற வழி, எப்படிப் பெருவழியாக இருக்க முடியும்? நாகர்ஜுனன் என்னும் பார்ப்பனரால் கூறப்பட்ட அந்த போலிப் பௌத்தத்தை நாகர்ஜுனவாதம் என்றுதான் கூற வேண்டும்.

புத்தரின் துறவு பற்றிய கட்டுக்கதையையும் நூலாசிரியர் அழுத்தமாய் மறுக்கின்றார்.

ரோகினி ஆற்றுச் சிக்கலில், இரண்டு இனக் குழுக்களுக்கு இடையே எழுந்த மோதலில், தண்ணீருக்காக ரத்தம் சிந்தும் மனிதர்களைக் கண்டு, அறியாமையின் அடிப்படையில் எழும் ஆசையே துன்பங்களுக்கான தோற்றுவாய் என உணர்ந்து, துன்பத்தை நீக்கும் வழியை உலகிற்குச் சொல்ல வேண்டித் துறவு பூண்டவரே புத்தர். இந்தச் செய்தியைத் தக்க சான்றுகளுடனும், விளக்கமாகவும் அறிந்து கொள்ள இந்நூல் உதவும்.

ஆரியத்திற்கு அடித்தளமிட்ட வேத, உபநிடதங்களை ஆசிவகம், சாருவாகம் ஆகியன கடுமையாக எதிர்த்தன. அவற்றைத் தொடர்ந்து சமணமும், பௌத்தமும் அவைதீக மதங்களாக இம்மண்ணில் எழுந்தன.

ஆனால் சமணம் கூட, ஆன்மா போன்ற ஆரியக் கொள்கைகளை ஏற்றது. அழிவற்ற நோக்கு (அனந்த சயனா), அழிவற்ற அறிவு (அனந்த ஞானா), அழிவற்ற ஆற்றல் (அனந்த வீர்யா), அழிவற்ற அருள் (அனந்த சுகா) ஆகியனவற்றை நான்கு நெறிகளாகச் சமணம் முன் வைத்தது. அழிவற்ற என்னும் கோட்பாட்டினையே பௌத்தம் ஏற்கவில்லை. துன்ப இருப்பு, துன்பத்தின் தோற்றுவாய், துன்பநீக்கம், அதற்கான வழி என நான்கினை முன்வைத்த பௌத்தம், அநித்ய அனான்ம வாதங்களை வெளிப்படுத்தியது.

உலகில் நிலையானது எதுவுமில்லை. ஆன்மா என்று ஒன்றும் இல்லை என்பதே அவ்வாதங்கள். ஓடிக் கொண்டிருக்கும் ஆற்றில், ஒரே நீரில் இரண்டாவது முறையாக மூழ்கி எழுவது இயலாத செயல் என்றார் புத்தர். எல்லாம் இயங்கிக் கொண்டே உள்ளன. எதுவும் நிலையானதில்லை என்னும்பொழுது, அழிவற்றது, நிலையானது எனக் கூறப்படும் ஆன்மா என்பது வெறும் கற்பனையே என்று 2500 ஆண்டுகளுக்கு முன்பே அழுத்தம் திருத்தமாய்க் கூறிய புத்தர் ஒரு புரட்சியாளர். புரட்சித் திராவிடர்!

திராவிட எதிர்ப்பு மிகப் பழையது. ஆனால் திராவிடக் கோட்பாடு மிக வலிமையானது. அது சமத்துவத்தையும், பகுத்தறிவையும் உள்ளடக்கியது. அதனால் தான், ஆயிரக்கணக்கான ஆண்டுகளாக, எல்லாவிதமான எதிர்ப்புகளையும் தகர்த்து நொறுக்கி, இன்றும் இளமை மாறாமல் எழுந்து நிற்கிறது.

மற்ற மதங்கள் எல்லாம், இறப்புக்குப் பிந்திய உலகம் பற்றிப் பேசிக்கொண்டிருந்தபொழுது, இன்னும் பேசிக் கொண்டிருக்கும் பொழுது, பௌத்தம் மட்டுமே நாம் வாழும் உலகம் பற்றியும், உலகில் உள்ள மக்கள் சமூகம் பற்றியும் கவலைப்பட்டுப் பேசியது.

சமயத்தைப் பரப்புவதற்காக அன்றி, சமூகத்திற்குத் தொண்டு செய்வதற்காகவே, சங்கமும், பிக்குகளும் பௌத்தத்தில் உருவாக்கப்பட்டனர். மக்களைப் பற்றி மட்டுமே கவலைப்பட்ட மார்க்கம், பௌத்தம். அன்பை, அன்பை மட்டுமே போதித்தவர் புத்தர்.

அதனால் தான் போதிசத்துவம் பெற்றுவிட்ட பின்னரும், பாரடங்கலும் பசிப்பிணி அற வேண்டும் என்ற நோக்கில், அமுதசுரபியோடு மக்களை நோக்கி வந்தாள் மணிமேகலை.

மானமும் அறிவும் உடையவர்களாக, மக்களை ஆக்குவதே பௌத்தத்தின் நோக்கம். அதுவே திராவிட இயக்கத்தின் அடிநாதம்.

ஆரிய - திராவிடப் போரை அன்று புத்தர் தொடக்கி வைத்தார். இன்றும் அது ஓயவில்லை. அந்த வரலாற்றை இந்நூல் எடுத்துரைக்கின்றது.

இந்நூலின் ஒவ்வொரு பக்கத்திலும், தோழல் எழில். இளங்கோவனின் ஆழ்ந்த படிப்பையும், அயராத உழைப்பையும் நம்மால் காண முடிகிறது. இந்நூல் தொடராக வெளிவந்து கொண்டிருந்த போதே படிக்கும் வாய்ப்பு எனக்குக் கிடைத்ததெனினும், முழு நூலையும் ஒரு சேரப் படிக்கும்போது, மேலும் தெளிவும் விரிவும் எனக்குக் கிடைத்தது.

தோழர் எழில். இளங்கோவனைப் பாராட்டி மகிழ்கிறேன். அவரோடு இணைந்து, கடந்த ஏழு ஆண்டுகளாகப் பணியாற்றக் கிடைத்த வாய்ப்பை எண்ணிப் பெருமைப்படுகிறேன்.

தமிழ்கூறு நல்லுலகம், இந்நூலைப் படித்துப் பயன்பெற வேண்டும் என்பதே என் பெருவிருப்பம்!

பேராசிரியர் ஆ. சிவசுப்பிரமணியன்
தமிழ்த்துறை
வ.உ.சி. கல்லூரி
09.01.2014

ஆதிக்கத்திற்கு எதிரான சிந்தனை

இந்தியத் தத்துவம், பண்பாடு, சமயம் ஆகியன குறித்து ஆய்வு மேற்கொள்ளும்போது உள்ளடக்கத்தின் அடிப்படையில் அவற்றை வேதம் அல்லது வைதீகம் சார்ந்தது என்றும், வேதம் அல்லது வைதீகத்திற்கு எதிரானது என்றும் பாகுபடுத்திக்கொள்வது பொதுவான மரபு. ஏனெனில் வேதம், வேத எதிர்ப்பு என்ற இரு முரண்பட்ட போக்குகள் இந்தியாவின் பண்டைய வரலாற்றில் தொடர்ச்சியாக இடம் பெற்று வந்துள்ளன. இதன் தாக்கம் இன்றும்கூட தொடர்கிறது எனலாம்.

இவ்வகையில் '**பவுத்தம் : ஆரிய திராவிடப் போரின் தொடக்கம்**' என்ற இந்நூல் வேதமறுப்பை மையமாகக்கொண்டு பௌத்த சமயத்தை ஆராய்ந்து, ஆரிய திராவிடப் போரின் தொடக்கம்தான் பௌத்தம் என்ற முடிவுக்கு வருகிறது. இதுவே இந்நூலின் மையச் செய்தியாக அமைகிறது. நூலின் இறுதி இயலான இருபதாம் இயலில் இக்கருத்தை வெளிப்படுத்தும் நூலாசிரியர், முந்தைய பத்தொன்பது இயல்களில் இதற்கு அடித்தளம் அமைத்துள்ளார். இப்பகுதிகள் பௌத்தம் குறித்த நுணுக்கமான பல செய்திகளை அறிமுகப்படுத்துகின்றன.

பௌத்தம் என்ற சமயமும் அதனை நிறுவிய புத்தரும் கல்விக் கூடத்தின் தொடக்க வகுப்புகளிலே கேள்விப்படும் பெயர்கள்தாம். இப்பெயர்களுடன் தொடர்புடையனவாக புத்தர் துறவு பூண்டமைக்கான காரணம், அவர் உருவாக்கிய பஞ்சசீலக் கோட்பாடு, புத்த சங்களம், அசோகன் புத்த மதத்தைத் தழுவியமை, அதைப் பரப்பியமை, அதற்காகத் தன் மகளையும் மகனையும் இலங்கைக்கு அனுப்பியமை என்பன கல்விப்புல வரலாற்றுப்பாடத்தில் கற்றுக் கொடுக்கப்படும் செய்திகளாகும். இவற்றுடன் தொடர்புடையவனாக தேரவாதம் (ஹீனயானம்), மஹாயானம் என்ற இரு புத்த மதப்பிரிவுகளின் பெயர்களும் இடம் பெறுவதுண்டு.

புத்தர் உருவாக்கிய பௌத்தமே பின்னால் தேரவாத பவுத்தம் என்ற பெயரைப் பெற்றது. உண்மையில் இப்பெயரைப் புத்தர் உருவாக்கவில்லை. அவர் உருவாக்காத இப்பெயராலேயே,

அவரால் உருவாக்கப்பட்ட பௌத்தம் அழைக்கப்படுவதற்கும் மூலபவுத்தம் என்று சுட்டப்படுவதற்கும் அடிப்படைக் காரணம் ஒன்றுண்டு. மகாயாணம் என்ற பெயரால் புதிய பௌத்தப்பிரிவு ஒன்றை நாகாசுணர் என்பவர் உருவாக்கியதே அதற்குக் காரணமாகும். இது புதிய பௌத்தம் என்றும் குறிப்பிடப்படும். இப்பிரிவுகள் தமக்கெனத் தனித்த தத்துவங்கள், கோட்பாடுகள், விதிமுறைகள் ஆகியனவற்றைக் கொண்டவை.

தத்துவங்களுக்குப் பின்னால் வர்க்கங்கள் மறைந்துள்ளன என்பார் லெனின். அழுத்தமான சாதிய வேறுபாடுகளும் தீண்டாமைக் கருத்தியலும் நிலவும் இந்தியச் சமூக அமைப்பில் வர்க்கங்களுடன் வருணமும் இணைந்தே மறைந்துள்ளது. இவ்வுண்மையே இந்நூலை நடத்திச் செல்கிறது. நூலாசிரியர் பௌத்த தத்துவங்களுக்குள்ளும் மேற்கூறிய இருபிரிவுகளுக்குமான தத்துவ வேறுபாடுகளுக்குள்ளும் நுழையவில்லை. பின்வரும் சில அடிப்படைச் செய்திகளை வளர்த்தெடுத்து இந்நூலை உருவாக்கியுள்ளார்.

- *புத்தரின் மறைவுக்குப் பின் 18 பௌத்தப் பிரிவுகள் உருவாகின.*
- *இப்பதினெட்டுப் பிரிவுகளையும் உள்வாங்கி நாகர்ஜுனர் என்பவர் கி.மு. இரண்டாம் நூற்றாண்டில் மகாயானம் என்ற பெயரிலான பௌத்தப்பிரிவை உருவாக்கினார்.*
- *இவ்வாறு உருவான மகாயானம் கி.மு. ஆறாம் நூற்றாண்டில் புத்தர் உருவாக்கிய பௌத்தத்தில் இடம் பெற்றிருந்த முற்போக்குச் சிந்தனைகளைச் சிதைத்து அழித்தது.*
- *புத்தர் உருவாக்கிய மூல பௌத்தம் (தேரவாதம்) திராவிடச் சார்புடையது. நாகார்சுனர் உருவாக்கிய மகாயானம் ஆரியச் சார்புடையது. தேராவாத புத்தத்திற்கு ஈனமான (இழிவான) என்ற பொருளில் ஹீனயான பௌத்தம் என்ற பெயர் பின்னர் வழங்கப்பட்டது.*
- *புத்தர் மன்னர் பரம்பரையைச் சேர்ந்தவர் அல்லர். சாக்கியர் என்ற இனக்குழுவைச் சார்ந்தவர். இவ்வகையில் அவர் சூத்திரர்.*
- *சாக்கியர்கள் திராவிடமொழிக் குடும்பத்தைச் சேர்ந்த பாலிமொழியைத் தாய்மொழியாகக் கொண்டவர்கள். (புத்தசமய அடிப்படைகள் பாலிமொழியில் எழுதப்பட்டவை).*

- பேரரசு உருவாகும்போது இனக்குழுக்கள் அழிக்கப்படும். அவ்வகையில் சாக்கிய இனக்குழுவும் அழிவுக்குள்ளாகியது.
- மற்றொருபக்கம் ஆரியக் கோட்பாடு, உடல் உழைப்பாளிகளான சூத்திரர்களையும், பெண்களையும் அடிமை நிலைக்குத் தள்ளியது.
- இச்சமூக நிலையே புத்தரின் துன்ப உணர்வுக்குக் காரணமாய் அமைந்து, விடுதலை பெறும் வழிமுறையாக பௌத்த நெறியை உருவாக்கத் தூண்டியது.
- வருணக்கொடுமையையே துன்பம் என்ற சொல்லால் புத்தர் குறிப்பிட்டார்.
- ஒடுக்கப்பட்ட வருணப்பிரிவில் இருந்து ஆண்களையும், பெண்களையும் பௌத்தத் துறவிகளாக்கினர்.
- மகாயான பௌத்தமோ வருணக்கோட்பாட்டை உள்வாங்கிக்கொண்டு, சாதி அடிப்படையிலான ஏற்றத் தாழ்வுகளை ஏற்றுக்கொண்டது.
- அத்துடன் அத்வைதக் கருத்துக்களை ஏற்றுக்கொண்டது.
- இலங்கையில் பௌத்தத்தைப் பரப்பியதாகக் கூறப்படும் அசோகனின் மகள் சங்கமித்திரை கற்பனைப் படைப்பு.
- அசோகனின் மகனாகக் குறிப்பிடப்படும் மகிந்தன் அசோகனின் மகனல்லன். அவரது இளைய தம்பி.
- தமிழ்நாட்டில் இருந்து இலங்கைக்குப் புத்தமதம் பரவியதை மறைக்கும் வழிமுறையாகவே அசோகனது மகனும் மகளும் இலங்கையில் பௌத்தத்தைப் பரப்பினர் என்ற புனைவு சிங்களவர்களால் உருவாக்கப்பட்டது.
- சிங்களவர்கள் ஓர் இனமாக உருப்பெறும் முன்பே பண்டைய இலங்கையின் பூர்வீக குடிகளான நாகர்கள் பௌத்தத்தைத் தழுவியிருந்தனர்.

இச்செய்திகளின் தொடர்ச்சியாக நூலின் இறுதியில், ஆரிய - திராவிடப் போரின் தொடக்கமாக பௌத்தத்தைக் குறிப்பிடுகிறார். இது விவாதத்திற்குரிய ஒன்று.

இந்நூலில் இடம்பெற்றுள்ள செய்திகள் சமயம், தத்துவம், வரலாறு தொடர்பான ஆழமான நூல்களை ஆதாரமாகக் கொண்டுள்ளன. சமூகப்போராளியான நூலாசிரியர், இந்நூலை எழுதுவதற்கு அவரது சாதிய மேலாண்மை எதிர்ப்புணர்வே காரணம். சமத்துவத்திற்கான போராட்டத்தில் ஈடுபடும் எவரும் சாதியத்தைப் புறந்தள்ளிவிட

முடியாது. சாதியத்தைப் புறந்தள்ளாது அதை எதிர்ப்பதென்பது அதன் மூலவேரான வைதீக சமய எதிர்ப்புக்கு இட்டுச் செல்லும். இது தவிர்க்க இயலாத ஒன்று. ஏனெனில் வருணப் பாகுபாடும் அதன் வளர்ச்சி நிலையான சாதியும், தீண்டாமையும் வைதீக சமயத்தின் மற்றொரு பெயரிலான இந்து சமயத்துடன் நெருக்கமான தொடர்பு கொண்டவை. இவ்வுண்மையை மிகச் சுருக்கமாக திலிப்போஸ் என்ற மார்க்சிய அறிஞர், '**திருச்சபை இல்லாமல் கிறித்துவம் இல்லை. சாதி இல்லாமல் இந்து மதம் இல்லை**' என்று குறிப்பிட்டுள்ளார். '**யாரும் சாவி கொடுக்காமலேயே இந்துமதம் என்ற கடிகாரம் இயங்குவதற்கு அது ஏற்றுக் கொண்டுள்ள வருணப்பாகுபாடே காரணம்**' என்று சர்தேசாய் என்ற மார்க்சிய அறிஞர் குறிப்பிடுவார். பகவத்கீதை வருணப்பாகுபாட்டை மிக அழுத்தமாகவே வெளிப்படுத்தி நிற்பது பலரும் அறிந்த செய்திதான்.

இத்தகைய நிலையில் வைதீக சமய எதிர்ப்பின் ஓரங்கமாக, வைதீக சமய எதிர்ப்புணர்வின் பண்டைய வேர்களைத் தேடும்போது பௌத்தம் தவிர்க்க இயலாத ஒன்றாகக் கண்ணில்படுகிறது. இதனால்தான் வைதீக சமய எதிர்ப்புணர்வின் வெளிப்பாடாக அம்பேத்கர் பௌத்த சமயத்தைத் தழுவினார். அவர் மேற்கொண்ட இச்செயல் உணர்ச்சிவசப்பட்ட கலகக் குரலல்ல. வைதீக சமயத்தின் ஆதிக்க உணர்வுக்கு எதிரான சிந்தனைப் போக்குகளைப் பௌத்தத்தில் கண்டறிந்ததுதான்.

1935 அக்டோபர் 13 இல் நாசிக் நகருக்கு 35 மைல் தொலைவிலுள்ள ஏலோ நகரில் பம்பாய் மாநில ஒடுக்கப்பட்டோர் மாநாட்டை அம்பேத்கர் நடத்தினார். இம்மாநாட்டிற்குத் தலைமையேற்று ஒன்றரை மணி நேரம் உரையாற்றிய அம்பேத்கர், கலராம் கோவில் நுழைவுப் போராட்டத்தில் அடைந்த தோல்வியைக் குறிப்பிட்டுப் பேசுகையில், மதமாற்றம் குறித்த சிந்தனையை அழுத்தமாக வெளியிட்டார். இதன் தொடர்ச்சியாக தன் வேண்டுகோளை அவர் கவிதை வடிவில் வெளியிட்டார். மராத்திய மொழியில் அச்சிடப்பட்ட அக்கவிதையின் சில பகுதிகள் வருமாறு;

மதம் மனிதனுக்கானது; மனிதன் மதத்துக்காக அல்ல.
சுயமரியாதை அடைய நீங்கள் விரும்பினால் மதம்
மாறுங்கள்.
நீங்கள் சமத்துவத்தை விரும்பினால் மதம் மாறுங்கள்.
நீங்கள் விடுதலையை விரும்பினால் மதம் மாறுங்கள்.

மனிதத்துவத்தை மதிக்காத ஒரு மதத்தில் ஏன் இருக்கிறீர்கள்?
தன் கோவில்களுக்குள் உங்களை அனுமதியாத மதத்தில் ஏன் இருக்கிறீர்கள்?
மனிதனின் சுயமரியாதையை ஏற்றுக்கொள்வதைப் பாவமாகக் கருதும் மதம் மதமல்ல.
அது ஒரு நோய்.
செத்த மிருகத்தை ஒருவன் தொட அனுமதிக்கும் மதம்
சகமனிதனைத் தொட அனுமதிக்காதபோது
அது மதமல்ல, மடமை.
ஒரு பிரிவினர் கல்வி கற்கவும் செல்வம் சேர்க்கவும்
ஆயுதம் ஏந்தவும் அனுமதிக்காத மதம்
மதமல்ல நகைப்பிற்குரிய ஒன்று.

இத்தகைய சிந்தனையை முன்வைத்த அம்பேத்கர் சீக்கியம், கிறித்துவம், இஸ்லாம் என்ற மூன்று சமயங்களுக்கு மாறுவதைத் தவிர்த்து பௌத்தத்தையே தேர்ந்தெடுத்தார். பௌத்தத்திற்கு மாறுவோர் எடுக்கவேண்டிய இருபத்திரெண்டு உறுதிமொழிகளை அவர் மராத்தி மொழியில் வெளியிட்டார். இந்து சமயக் கடவுளர் களையும், சடங்காச்சாரங்களையும் புறந்தள்ளும் வகையிலும், சமத்துவத்தை வலியுறுத்தும் வகையிலும் அவை அமைந்துள்ளன. மகாயான புத்தமதக் கோட்பாடுகள் அம்பேத்கர் உருவாக்கிய இவ்வுறுதிமொழிகள் பலவற்றுடன் விலகி நிற்பவை.

பௌத்தம் என்பதை பொதுமைப்படுத்திப் பார்க்காமல் அதில் உருவான பிரிவுகளைப் பாகுபடுத்திப் பார்ப்பதன் அவசியத்தை இந்நூல் உணர்த்துகிறது. இந்தியச் சமய வரலாற்றில் பௌத்தம் தொடர்பான ஒரு முக்கிய பிரச்சனையை நூலாசிரியர் அறிமுகப்படுத்தியுள்ளார்.

நூலாசிரியர் எழில். இளங்கோவன் அருந்ததியர் இயக்கத்தின் தொடக்ககாலத் தலைவர்களில் ஒருவரும் அருந்ததியர் பதிப்பகம் என்ற பெயரில் அருந்ததியர் இயக்க நூல்களை வெளியிட்டவருமான பெரியவர் பெரு. எழிலழகனின் மகனாவார்.

தந்தையின் வழிநின்று இன்றுவரை முறையாக எழுதப்படாத அருந்ததியர் சமூகத்தின் வரலாற்றை அருந்ததியர் இயக்க வரலாறு அருந்ததியர் வரலாறும் பண்பாடும், அருந்ததியர் வரலாறு விரைவும் விளக்கமும் போன்ற நூல்களை எழுதி வெளியிட்டிருக்கிறார். அவரது எழுத்துப்பணி மேலும் தொடரவிழைகிறேன்.

பேராசிரியர் அருணன்
தத்துவத்துறை
மதுரை காமராசர் பல்கலைக்கழகம்
மதுரை
02.01.2014

மூலபவுத்தத்திற்கான ஒரு தேடல்

சமத்துவச் சிந்தனையாளர்களையும், சமூக நீதியாளர்களையும் புத்தர் எப்போதுமே கவர்ந்து வந்திருக்கிறார். சிங்கார வேலரும், பெரியாரும் அவர்பால் மிகுந்த ஈடுபாடு காட்டினார்கள் என்றால், அம்பேத்கர் தனது கடைசிக் காலத்தில் ஒரு பவுத்தராகவே மாறினார். அவர் எழுதிய புத்தரும் அவரது தம்மமும் படைப்பு மூல பவுத்தத்திற்கான வலிமையான தேடலாக இருந்தது.

அந்தத் தேடல் இன்றுவரை வித விதமாகத் தொடர்கிறது. 2500 ஆண்டுகளுக்கு முந்திய கலாச்சாரம் என்பதால், அந்தச் சரித்திரப் புலனாய்வு மிகுந்த சிரமத்தைத் தருகிறது. புத்தரின் மெய்யான மொழிகள் எவை என்று சலித்தெடுத்துத் தேர்ந்தெடுப்பது பெரும் பாடாக உள்ளது.

எனினும், அவரே முதன்முதலாக வருணாசிரமத்தை எதிர்த்துச் சமத்துவம் பேசியவர் என்பதால், அந்த ஆய்வில் எவருக்கும் சலிப்புத் தோன்றுவதில்லை.

காலப்போக்கில் பொக்குகள் நிறையச் சேர்ந்துவிட, உடைத்துக் கொண்டே வந்து, பருப்புகளைச் சேகரிக்க வேண்டியுள்ளது.

மகாயானம் மட்டுமல்ல, ஹீனயானம் எனப்பட்ட தேரவாதப் பிரிவில் நிறைய கலப்படங்கள் உள்ளன. தனிமனிதனுக்கான அல்லது உயர் வருணத்தவருக்கான இகலோக சுகம் மற்றும் பரலோக முக்தி என்பதற்குப் பதிலாக, முழுச்சமுதாயத்திற்குமான சகல வருணத்தவருக்குமான விடுதலை பற்றி இந்தத் துணைக் கண்டத்தில் முதன் முதலில் யோசித்தவர் புத்தர்.

துன்பங்களை அங்கீகரித்ததன் மூலம் உலகை பெய்ப்பொருளாக அங்கீகரித்து, அவற்றைக் களைவதற்கான மார்க்கம் உண்டு என்று சொன்னதன் மூலம், மனித சக்தியை அதற்கான கருவியாக அங்கீகரித்துப் புதுத்தடம் போட்டவர் அவர். அனைத்திற்கும் உச்சமென அதற்காகச் சங்கம் எனும் அமைப்பை உருவாக்கி மனிதர்களைக் குழுவாக இறக்கி விட்டவர்.

இவையெல்லாம் அந்தக் காலத்திய வேதமதம் அறியாதது என்பது மட்டுமல்ல, அதற்கு எதிரான திட்டவட்டமான, முற்றிலும் மாறுபட்ட வழிமுறைகள்.

ஒரு மிகப்பெரிய சமூகப்போராட்டம் நடந்திருக்கிறது. அதற்குள் அஸ்திவாரமாய் பொருளாதாரக் காரணியும் இருந்திருக்கிறது. அதீத யாகங்களால் கால்நடைகள் அழித்தொழிக்கப் பட்டதை எதிர்த்துப் புத்தரும் சமணரும் கொடுத்த குரல்கள் பொருளியல் வாழ்வின் வெளிப்பாடும் கூட. அதில் அகிம்சை எனும் ஒழுக்கவியல் கோட்பாடு இருந்தாலும், அன்றைய ஆளும் வர்க்கங்களாகிய பிராமண சத்திரிய வருணங்கள் தங்களுக்கு எதிரான புத்தரின் சிந்தனைகள் மற்றும் செயல்பாடுகளை அவ்வளவு எளிதில் வெற்றிபெற அனுமதிக்கவில்லை. வெளியில் இருந்து மட்டுமல்ல, உள்ளுக்குள் புகுந்தும் பவுத்தத்தின் அழிவுக்கு வேலைபார்த்தன. மகாயான பவுத்தத்தில் பிந்தியதற்குத் தெளிவான சாட்சியங்கள் உண்டு என்றால், தேரவாதமும் கடைத்தப்பியதில்லை. அதிலும் அந்தத் தாக்கம் உண்டு.

குறிப்பாக, கடவுள் இப்படி பவுத்தத்தில் புத்தரைக் கடவுளாக்கிக் கும்பிடும் வேலை தேரவாதத்திலும் வந்தது. வேதமாகிய பிராமணிய மதத்தின் பல கூறுகள் பவுத்தத்தின் பல பிரிவுகளிலும் புகுந்து அதன் சாரத்தை உறிஞ்சித் தின்றன என்பதே நிகர வரலாறு.

பவுத்தத்திற்கு எதிரான வேத மதத்தின் வேலைகளை வைசிய சூத்திர - பஞ்சமர்களுக்கு எதிரான, பிராமண சத்திரியர்களின் சிந்தாந்தக் கைவரிசை என்று அவதானிப்பது, என்னைப் போன்ற மார்க்சியர்களின் நோக்கு என்றால், அதைத் திராவிட ஆரியப் போரின் துவக்கமாக மதிப்பீடு செய்வது இந்நூலாசிரியர் எழில். இளங்கோவன் போன்றோரின் நோக்கு.

சரித்திரத்தை ஒற்றை நோக்கில் அல்லாமல் பன்முக நோக்கில் உற்று நோக்குவது நடக்கத்தான் செய்யும். அந்த வகையில் இந்த நூலின் வருகை கவனிக்கத்தக்கது.

சரித்திர ஆய்வு என்றால் பேராசிரியப் பெருமக்கள் கடினமான சில சொல்லாடல்களைப் பயன்படுத்தி, அவற்றைப் புரிந்து கொள்வதிலேயே வாசகனின் நேரத்தை எடுத்துக்கொண்டு விடுவார்கள். அப்படியெல்லாம் இல்லாமல் அருவிபோல நேரடியாக மனசுக்குள் இறங்கும் சரசர நடையில் இதை ஆசிரியர் எழுதி இருக்கிறார். பத்திரிகையில் தொடர் கட்டுரையாக வந்ததும் இந்த நேரடித் தாக்குதல் நடை கைவரப் பெற்றதற்குக் காரணம் என்று நினைக்கிறேன்.

எப்படியோ! வாசகன் பிழைத்துப்போனான்.

மூன்று விசயங்களைச் சொல்லியாக வேண்டும். ஆரிய திராவிடப் போரின் தொடக்கம் என்பதே படைப்பின் மைய போக்கு

என்பதனால், அந்த இரு சொற்களையும் நூலாசிரியர் எப்படிப் புரிந்து கொண்டிருக்கிறார் என்பதைத் துவக்கத்திலேயே விளக்கி இருந்தால் நன்றாக இருக்கும். ஆரியர் - திராவிடர் என்பது இடம் சார்ந்ததா, இனக்குழு சார்ந்ததா, இரண்டும் கலந்ததா, அந்தப் பிரிவினை சுத்த சுயம்புவானதா எனும் கேள்விகள் வரலாற்றாளர்கள் மத்தியில் வட்டமடித்துக் கொண்டேயிருப்பதை அவர் அறிவார். அதனால் தான் இதைக் கூறுகிறேன்.

அப்புறம் இந்தக் கடைசி அத்தியாயம் இலங்கை பற்றியது. முந்திய அத்தியாயங்களின் நிதானமான ஆய்வுப் போக்கையல்லாது ஓர் ஆவேசமான வேகத்தைக் கொண்டு இயங்குகிறது.

இலங்கையில் தமிழர்களுக்கு நடத்தப்பட்ட அக்கிரமங்கள் பவுத்தம் பற்றிய ஆய்வில் இந்த வேகத்தை நூலாசிரியருக்கு தந்திருக்கிறது என்று நினைக்கிறேன். அவர்கள் (சிங்களர்கள்) ஏற்றுக்கொண்ட பவுத்தம் ஆரியவாத மகாயானம் என்று சொல்லும் அளவுக்கு அவரை ஆக்கியிருக்கிறது. இலங்கையில் பரவியது தேரவாத பவுத்தமேயன்றி மகாயானம் அல்ல. வேண்டுமென்றால் அந்தக் தேரவாதத்திலும் வேதவாதக் கூறுகள் இருந்தன என்று கூறலாமே தவிர இப்படிக் கூறுவது சரியாக இருக்காது என்பது அடியேனின் கருத்து.

இந்த இரு விஷயங்களையும் தாண்டிய மூன்றாவது, நூலாசிரியரின் அறிவுசார் உழைப்பு. மூல பவுத்தத்தைத் தரிசித்தாக வேண்டும், அந்தத் தரிசனத்தைச் சக தமிழர்களுக்குத் தந்தாக வேண்டும் எனும் அவரின் துடிப்பு அவரிடம் வாங்கியிருக்கும் வேலை. அதற்குப் பலனில்லாமல் போகாது.

புத்தரின் மூல உபதேசங்களை அறிய விரும்புகிற எவரும், அந்தப் பெரு நெருப்பை மூடி மறைக்கப் போடப்பட்ட துணிகளைக் காண விரும்புகிற எவரும் இந்த நூலை அவசியம் படித்தாக வேண்டும்.

முன்னுரை

வரலாறு என்பது வேறு, தத்துவம் என்பது வேறு. அதற்காக இவ்விரண்டிற்கும் தொடர்பில்லை என்று சொல்லிவிட முடியாது. பவுத்தம் அப்படித்தான். அதற்கு வரலாறும் உண்டு, தத்துவமும் உண்டு.

வரலாறைப் படிக்கும்போது உடன்பாடும் இருக்கும் முரண்பாடும் இருக்கும். இவை ஆய்வின் அடுத்த கட்டத்திற்குச் செல்ல வழிவகுக்கும். மாறாக, வரலாறைத் திரித்து மாற்றிச் சொல்வதும், இருட்டடிப்புச் செய்து அழிக்க முயல்வதும் வரலாற்றுக்குச் செய்யும் மிகப்பெரும் அநீதி.

அப்படித்தான் பவுத்தம் திரித்துச் சொல்லப்பட்டு இருக்கிறது. அழிக்கும் முயற்சியும் நடைபெற்று இருக்கிறது. இந்த வரலாற்று மோசடியின், மூலம் - ஆதிக்கம், ஆரியம், பார்ப்பனியம்.

பவுத்தத்தின் தோற்றம் சமூக நீதியை அடிப்படையாகக் கொண்டது. சமூக ஏற்றத்தாழ்வுகளை உருவாக்கிய ஆரியத்தால், பவுத்தத்தை எதிர்கொள்ள முடியவில்லை. சேர்ந்தாரைக் கொல்லி என்று வள்ளுவரால் சொல்லப்படுவதைப் போல, பவுத்தத்தைத் தன்னுடன் சேர்த்துக்கொண்டு அதைக் கொல்ல எடுத்த ஆரியத்தின் முயற்சியால் உருவான வேறொரு பவுத்தம், மகாயானம்.

மகாயானத் தோற்றத்தின் பின்னர், மூல பவுத்த வரலாறு திருத்தப்பட்டது, திரிக்கப்பட்டது, மறைக்கப்பட்டது. பவுத்த தத்துவங்களிலும் இந்தத் திருகு வேலைகள் நடைபெற்று இருக்கின்றன.

மகாயானத்தின் ஆதிக்கத்தினால் மூல பவுத்தமான திராவிடத் தேரவாதம் மூலைக்குத் தள்ளப்பட்டு, ஒதுக்கப்பட்டு விட்டது.

டாக்டர் அம்பேத்கர், பேராசிரியர் தேவிபிரசாத் சட்டோபாத்தியாயா போன்றவர்களின் எழுத்துகள் ஆரிய மகாயானப்பவுத்தத்திற்கு எதிராகவும், தேரவாத மூல பவுத்தத்தைத் தேடும் வரலாறாகவும் இருப்பதைப் பார்க்கிறோம்.

பவுத்தம் - ஆரிய திராவிடப் போரின் தொடக்கம் என்ற இந்த நூல், மேற்சொன்ன அறிஞர்கள் காட்டிய வழியில் செல்ல எடுத்துக்கொண்ட ஒரு சிறிய முயற்சி.

இந்நூலை ஆய்வு நூலாக நான் கருதவில்லை, ஆய்வுக்குள் நுழையவில்லை.

திங்கள் இருமுறை வெளிவந்து கொண்டிருக்கும் கருஞ்சட்டைத் தமிழர் இதழின் ஆசிரியர் பேராசிரியர் சுப. வீரபாண்டியன் அவர்கள். இவ்விதழின் பொறுப்பாசியராக நானும், துணை ஆசிரியராக தோழர் உமாவும் இருக்கிறோம்.

ஒரு நாள் தோழர் சுப.வீ. என்னிடம், பவுத்தம் ஆரிய திராவிடப் போரின் தொடக்கம் இதுதான் தலைப்பு. தொடர் கட்டுரை எழுதுங்கள். இதழ் அச்சுக்குப் போக ஆறு நாட்கள் தான் இருக்கின்றன. உடனே முதல் கட்டுரையை எழுதி உமாவிடம் கொடுத்துவிடுங்கள் என்று சொன்னார். தலைப்பைக் கொடுத்து உடனே எழுது என்று என்னிடம் அவர் சொன்னபோது, என் மீது அவருக்கு இருந்த நம்பிக்கை, என்னைப் பெருமிதத்தோடு மகிழ்ச்சியில் ஆழ்த்தியது. மறுநாள் முதல் கட்டுரையைக் கொடுத்தேன். இப்படித்தான ஒவ்வொரு இதழும் அச்சுக்குப் போகும் வேளையில் ஒவ்வொரு கட்டுரையாக, இருபது கட்டுரைகளை எழுதினேன். அவைகளின் தொகுப்புதான் இந்த நூல். இதில் பவுத்த தத்துவம் என்ற இயலுக்குள் நான் நுழையவில்லை என்பதைப் படிக்கும்போது புரிந்து கொள்வீர்கள். பின்னர் எழுதலாம் என்ற எண்ணம் இருக்கத்தான் செய்கிறது.

இந்நூலின் கட்டுரைகள் கருஞ்சட்டை இதழில் தொடராக வந்தபொழுது, ஆசிரியர் என்ற முறையில் எந்தத் திருத்தமும், மாற்றமும் செய்யாமல் முழு கருத்துச் சுதந்திரத்தைக் கொடுத்து ஊக்கப்படுத்திய என் இனிய நண்பரும், அருமைத் தோழருமான பேராசிரியர் சுப. வீரபாண்டியன் அவர்கள் அருமையான அணிந்துரை கொடுத்திருக்கிறார். அவருக்கு என் நன்றியைச் சொல்வதில் பெருமையாக இருக்கிறது.

அடுத்து இந்நூலுக்கு அணிந்துரை கேட்டு அருமை நண்பர், பேராசிரியர் அருணன் அவர்களையும், அருமைத் தோழர் பேராசிரியர் ஆ.சிவசுப்பிரமணியம் அவர்களையும் தொலைபேசியில் தொடர்புகொண்டு கேட்டேன். கேட்டது தொலைபேசி வாயிலாக என்றாலும், நேரில் கேட்டாற்போன்று கருதி, குறுகிய காலத்தில் அணிந்துரை வழங்கிய அப்பெருந்தகைச் சான்றோர்களுக்கு நன்றியைச் சொல்வதில் மகிழ்ச்சியாக இருக்கிறது.

பேராசிரியர் அருணன் தன் அணிந்துரையில், ஆரியர் திராவிடர் என்பது இடம் சார்ந்ததா, இனக்குழு சார்ந்ததா, இரண்டும் கலந்ததா அல்லது அந்த சுயம்புவானதா என்ற சிந்தனையைக் கிளறியிருக்கிறார். இன்னொன்று இலங்கையில் இருப்பது தேரவாதம், மகாயானம் அல்ல என்றும் சொல்லியிருக்கிறார். என் கருத்தில் மாற்றம் இல்லை

அது மகாயானம் தான். பேராசிரியர் புலமைமிகு அறிவாற்றலில் பெரு மதிப்புடையவன் நான். அவர் சுட்டிக்காட்டி இருக்கும் இவ்விரு செய்திகள் அடுத்த கட்ட விவாதத்திற்குக் கொண்டு செல்லும் என்று நம்புகிறேன்.

கருஞ்சட்டைத் தமிழர் துணை ஆசிரியர் தோழர் இரா. உமா அவர்கள், இதழ் சிறப்பாக அமைய எப்படி கருத்தூன்றிச் செயல்பட்டாரோ, அப்படியே என் கட்டுரையை வடிவமைப்பதிலும், அதற்கான பவுத்த படங்களைத் தேடி எடுத்துப்போடுவதிலும் அக்கறை எடுத்துக்கொண்டார். உடன் இருந்து அவர் கொடுத்த ஒத்துழைப்புக்கு அவருக்கும் என் நன்றியை உரித்தாக்கிக் கொள்கிறேன்.

இங்கே ஒரு முக்கியமானவரைச் சொல்லியாக வேண்டும். என் துணைவி விஜயலட்சுமிதான் அவர். 1974 ம் ஆண்டு ஜுன் 6 ம் தேதி எங்கள் திருமணம் நடந்தது. அடுத்த பத்து நாட்களில் அவர் ஒரு நூலைக் கொடுத்தார், என்னிடம் படிக்கச் சொல்லி. சோ. சிவபாத சுந்தரம் எழுதிய, ''கவுதமபுத்தரின் அடிச்சுவட்டில்'' என்ற அந்த நூல்தான் நான் படித்த, பவுத்தம் குறித்த முதல் நூல். ராகுல் சாங்கிருத்தியாயன் எழுதிய பவுத்த தத்துவ இயல் அது. இது நான் படித்த இரண்டாம் பவுத்த நூல். இப்படி பவுத்தத்தை எனக்கு முதன்முதலாக அறிமுகம் செய்தவர் என் துணைவிதான். அவர் கொடுத்த ஊக்கமும், உற்சாகமும் இந்த நூலுக்குள் இருக்கிறது என்பதால் என்துணைவி விஜயாவுக்கும் நன்றி சொல்வது என் தலையாய கடமை, சொல்லிவிட்டேன்.

இந்நூலின் கட்டுரைகள் தொடராக வந்து கொண்டு இருந்தபோத என்னைத் தொலைபேசி வாயிலாக ஊக்கப்படுத்தியவர்கள் பலர். அவர்களுள் அருமை நண்பர் மதுரை சீனிவாசராகவன் முதன்மை பெறுகிறார். ஈரோடு தமிழ்க்குமரன், திருப்பூர் சிற்பி. செல்வராசு, கவிஞர் மகிழன், இலக்குவனார் திருவள்ளுவன், சின்னமனூர் சோமசுந்தரம் உள்ளிட்ட நண்பர்களுக்கும் நன்றிகள் உரித்தாகும்.

இந்த நூல் அச்சேறத் துணை நின்ற அருமை நண்பர் எழுத்தாளர் ஆர். முத்துக்குமார் அவர்களுக்கும், அச்சிட்டு வெளியிட்டு இருக்கும் வானவில் புத்தகாலய உரிமையாளர் பதிப்பாளர் கார்த்திகேயன் ஆகியோருக்கும் என் நன்றி உரித்தாகும்.

சென்னை
24.01.2014

எழில். இளங்கோவன்

தந்தை பெரியார்

புத்தர் தோன்றிய காலம் பார்ப்பானுடைய ஆதிக்கமும், வைதீக மதமும் தலைகொழுத்துத் திரிந்த காலம். அந்த காலத்தில் தோன்றினார் புத்தர். அவர் கண்ணுக்கு ஒவ்வொரு பார்ப்பனரின் செய்கைகள், கோட்பாடுகள் எல்லாம் தவறாகப்பட்டிருக்கின்றன.

இதனை எல்லாம் மாற்றவே புத்தர் பாடுபட்டு இருக்கின்றார். (கோலார் தங்கவயலில், 29.04.1961)

புத்தருடைய கொள்கை இருட்டடிக்கப்பட்டது. ஏனெனில் புத்தர் இந்நாட்டில் பிறந்தார், வாழ்ந்தார். உண்மைகளைக் கண்டறிந்தும் பிரச்சாரம் செய்தார் என்ற போதிலும், அவர் இந்நாட்டில்தான் விரட்டியடிக்கப்பட்டார்.

அவருடைய கொள்கைகளுக்கும் உண்மைகளுக்கும் இந்நாட்டில் தான் மதிப்பின்றிப் போகும்படிச் செய்தனர். புத்தரைப் பற்றி இந்நாட்டு மக்கள் கொஞ்சமும் அறிய முடியாதபடி செய்துவிட்டனர். புத்தருக்கோ அவருடைய கொள்கைகளுக்கோ மரியாதை இல்லாது செய்துவிட்டனர்.

புத்தரை நினைத்தால், நினைத்த மனத்தைக் கழுவவேண்டும். அவரைப்பற்றிக் காதினால் கேட்டால், காதைக் கழுவவேண்டும் என்ற அளவுக்குக்கூட புத்தரை வெறுக்கும் மனப்பான்மையை உண்டாக்கிவிட்டனர்.

இராமாயணத்தில் புத்தருக்கு இழுக்கு. இராமாயணத்தில் புத்தரைப் பற்றிக் கூறுகையில், புத்தன் ஒரு நாஸ்திகன், திருடன், அயோக்கியன் என்றும், புத்த பிக்குகள் நாஸ்திகர்கள், சாஸ்திர புராணங்களை வெறுப்பவர்கள் என்றெல்லாம் ஆத்திரத்துடன், இராமன் வாயினாலேயே சொல்லுவதாகக் காணப்படுகிறது.

நாயன்மார்களும் புத்தரை இழிவுப்படுத்தினர் மற்றும் இந்து மதத்தின் பேரால் ஏராளமான நாயன்மார்கள் ஆழ்வார்கள் முதலியோர்கள் உண்டாக்கப்பட்டு அவர்கள் எல்லோரும் புத்தரைப் பற்றியும், அவருடைய கொள்கைகளைப் பற்றியும் இழிவுபடுத்தி இருக்கின்றனர்.

நாயன்மார்கள் என்பவர்களெல்லாம், புத்தரை விரட்டவேண்டும், வெட்டவேண்டும், அவர் பின் நடக்கும் புத்த பிக்குகளைக் கொலை செய்யவேண்டும், அவர்களின் பெண்களைக் கற்பழிக்க வேண்டும்

என்றும் கூட எழுதி வைத்திருக்கின்றனர். (சென்னையில், 26.05.1956)

பவுத்தர்கள் பெயரளவிலேயே, "நாங்கள் புத்தரின் கொள்கை களைக் கடைப்பிடிப்பவர்கள்" என்று கூறுகிறார்களே தவிர, அவர்களும் இந்து மதத்தில் உள்ள வைதீக முறைகளைப் போன்ற பகுத்தறிவில்லாத, சடங்கு முறைகளைக் கடைப்பிடிக்கிறார்கள்.

அவர்கள் புத்தரையே தெய்வமெனக் கொண்டாடுகிறார்கள். புத்தரின் சிலைகள் பல ரகங்களிலும் செய்யப்பட்டு இருக்கின்றன. சில விக்கிரகங்கள் இருபது, முப்பது அடி நீளமுள்ளவைகளாகக்கூட இருக்கின்றன. தங்கத்தால் ஓடு போட்ட ஆலயங்களும் இருக்கின்றன.

அவர்களும் இதற்கென்றே செல்வத்தைப் பாழ்படுத்தி பெரிய பவுத்த கோயில்களையும், மடாலயங்களையும் கட்டியுள்ளனர். அவர்களும் புத்த விகாரத்திற்குப் பச்சையாக உள்ள பதார்த்தங்களாகிய பழம் போன்றவைகளை வைத்துப் பூஜை செய்கிறார்கள்.

இங்கு நின்று கொண்டு வணங்குவதைப்போல் அல்லாமல், அவர்கள் மண்டியிட்டு உட்கார்ந்து கும்பிடுகிறார்கள்.

இவைகள் யாவையும் நான் கண்டபொழுது, என்னுடைய மனத் திற்கு வெறுப்பாகிவிட்டது. நாம் கடைப்பிடிக்கும் புத்தரின் கொள்கைக்கு முற்றிலும் மாறான முறையில் அவர்கள் நடந்து கொள்கிறார்கள். (சென்னை குயப்பேட்டை, 06.02.1955)

* **பெரியார் சிந்தனை**. முதல் தொகுதி பதிப்பு.
  வே. ஆனைமுத்து

பொருளடக்கம்

1. பவுத்தம் ஒருமையல்ல, பன்மை! 21
2. புத்தர் சத்திரியர் அல்லர், சூத்திரர்! 27
3. புத்தரின் துறவும் காரணமும் 33
4. கருவாகியது பவுத்தம்! உருவாகியது சங்கம்! 39
5. புத்தர் ஒரு போராளி! 45
6. புத்தரின் முதல் ஆரிய எதிர்ப்பு 51
7. பிளவுபட்டது பவுத்தம்! 57
8. புத்தரை மாற்றிய மகாயானம் 63
9. பஞ்சசீலம்... ஒரு கருத்தியல் போர் 69
10. பஞ்சசீலம்: பொய்யும் திருட்டும் 75
11. பஞ்சசீலம்: ஆரியப் பண்பாட்டின் எதிர்ப்பு 81
12. இறைச்சி, பவுத்தர்களின் உணவு 87
13. புத்தர் காலத்தில் சாதி 93
14. சாதியத்தைத் தகர்க்கும் புத்தர் 99
15. புத்தர் பெண்களைப் புறக்கணித்தாரா? 105
16. அத்வைத பவுத்தம் 111
17. பிரம்மாத்ம மகாயானம் 117
18. பவுத்தப் பேரரசர் அசோகன் 123
19. புஷ்யமித்ர சுங்கன் 129
20. பவுத்தம் ஆரிய திராவிடப் போரின் தொடக்கம் 135

01 பவுத்தம்: ஒருமை அல்ல, பன்மை!

ஏறத்தாழ 2500 ஆண்டுகளாகப் பவுத்தம் பேசப்பட்டுக் கொண்டிருக்கிறது. பவுத்தத்தைப் பற்றியும் அதன் தலைவர் புத்தரைப் பற்றியும் நாம் அறிவோம்.

புத்தர் என்பவர் மன்னர் சுத்தோதனரின் மகன். கபிலவஸ்துவின் இளவரசர். இதுதான் பொதுவான பவுத்தப்பார்வை. இது சரிதானா?

பவுத்தம் என்ன சொல்கிறது?

- பொய் சொல்லக்கூடாது.
- உயிர்களைக் கொல்லக்கூடாது
- திருடக்கூடாது
- போதைப்பொருள் பயன்படுத்தக்கூடாது.
- சிற்றின்பத்தில் ஈடுபடக்கூடாது.

ஒழுக்கம் சார்ந்த இந்த ஐந்தையும் பஞ்சசீலம் என்று பவுத்த நூல்கள் கூறுகின்றன. இந்த ஐந்தும் உலக மக்களுக்கானப் பொதுவிதிகள். குறிப்பாக, தனி மனித ஒழுக்கம் சார்ந்தவை.

புத்தர் பவுத்த துறவிகளை உருவாக்கியதன் நோக்கம் என்ன?

பவுத்த துறவி தன்னளவில் முழு நிறைவான மனிதனாக உருவாக வேண்டும் என்பதா? அல்லது, அந்தத்துறவி தன்னுடைய வாழ்க்கையை மக்களுக்காக அர்ப்பணித்து, மக்களின் நண்பராக, வழிகாட்டியாக, தத்துவவாதியாகத் திகழும் ஒரு சமூகத் தொண்டரை, சமூகப் பணியாளரை உருவாக்க வேண்டும் என்பதா?

''ஒரு பவுத்தத் துறவி தன்னளவில் மட்டும் ஒரு முழு நிறைவான மனிதராக இருந்துவிடுவார் என்றால், அவர், பவுத்தத்துக்கு எந்த வகையிலும் பயன்படமாட்டார். மாறாக, அவர் மக்களை நேசிக்கும் சமூகப் பணியாளராக இருப்பார் என்றால், அவரே பவுத்தத்தின் நம்பிக்கைக்கு உரியவர்''

இது டாக்டர் அம்பேத்கர் சொன்ன கருத்து. இது பவுத்தத்தைச் சிறிது ஆட்டம் காணச் செய்கிறது.

புத்தர் மக்களின் வாழ்க்கைத் தத்துவங்களைப் பேசுகிறவரே தவிர, வறட்டுத் தத்துவங்களைப் பேசுபவர் அல்லர்.

மக்களின் வாழ்க்கை துன்பங்களினால் சூழப்பட்டிருக்கிறது. அதிலிருந்து விடுதலை பெறவேண்டும் என்கிறார் புத்தர்.

- **மக்கள் வாழ்க்கையில் துன்பம் இருக்கிறது.**
- **அந்தத்துன்பம் தோன்றக் காரணம் இருக்கிறது.**
- **அந்தத்துன்பத்தை நீக்க வழியும் இருக்கிறது.**
- **துன்பத்தில் இருந்து மக்கள் விடுதலை பெறவேண்டும்.**

மேலே இருக்கும் நான்கு முழக்கங்களும் புத்தருடையது. அவற்றின் அடிப்படையில்தான் பவுத்தம் கட்டமைக்கப்பட்டது. மனிதன் பிறப்பில் இருந்து இறப்பு வரையிலும் துன்பத்தில் உழலுகிறான், அதிலிருந்து அவன் விடுபட முடியாது, விடுபட வேண்டும் என்றால் அவர் 'முக்தி' பெறவேண்டும். அதாவது, மீண்டும் மனிதனாகப் பிறக்கக்கூடாது என்று அந்த முழக்கங்களுக்கு பவுத்த நூல்கள் விளக்கம் தருகின்றன.

பிறந்தது முதல் இறப்பு வரை ஒரு மனிதன் துன்பத்தில்தான் இருக்கவேண்டும், வாழவேண்டுமென்றால் இது ஒரு விரக்தி வாதம்

அல்லவா என்று கேட்கிறார் அம்பேத்கர். இந்தத் தத்துவ வாதம் மனிதனின் வாழ்வியல் முயற்சியையும் நம்பிக்கையையும் தகர்த்து எறிவதாக ஆத்திரப்படுகிறார் அவர்.

இங்கே புத்தர் சொன்ன வாழ்வியல் தத்துவம் தவறா? அல்லது, அதற்கு பவுத்த நூல்கள் சொன்ன விளக்கம் தவறா?

பவுத்தத்தை முழுமையாக ஏற்றுக் கொண்ட ஒரு பவுத்தர், டாக்டர் அம்பேத்கர் என்பதை நாம் மறந்துவிடக் கூடாது.

அம்பேத்கரின் சில விமரிசனங்கள், பவுத்தத்தைத் தெளிவுபடுத்த நம்மை ஆற்றுப்படுத்துகின்றன. அப்படியானால், பவுத்தம் தெளிவாக இல்லை என்று சொல்லலாமா? அதுதான் முழுமையான உண்மை.

''நாம் பவுத்தம் என்று ஒருமையாய் பேசுவதை விட்டுவிட்டு, பவுத்தங்கள் என்று பன்மையாய்ப் பேசவேண்டும்'' என்கிறார் பேராசிரியர் தாமியென் கோவ்ன்.

புத்தரின் மறைவுக்குப்பின் 108 பவுத்தப்பிரிவுகள் தோன்றியதாக செய்திகள் உள்ளன. அதற்கான சான்றுகளோ, 108 பிரிவுகள் எவையெவை என்பது குறித்தோ எந்தத் தகவலும் தெரியவில்லை.

கி.பி. 629 ஆம் ஆண்டு இந்தியாவுக்குள் நுழைந்து, பதினாறு ஆண்டுகள் பவுத்தச் செய்திகளைச் சேகரித்து, நாடு திரும்பிய சீனப் பவுத்தத்துறவி யுவான் சுவாங், பவுத்தம் 18 பிரிவுகளாகப் பிரிந்துள்ளன என்கிறார்.

பவுத்த நூல்களிலும் இந்தச்செய்தி இருக்கிறது. 18 பவுத்தப் பிரிவுகள் குறித்தும் தகவல்கள் உள்ளன.

கி.மு. இரண்டாம் நூற்றாண்டில் நாகார்ஜுனர் உருவாக்கிய மகாயானம் என்ற பவுத்தப்பிரிவு, மேற்சொன்ன 18 பிரிவுகளையும் ஈர்த்துக்கொண்டு மேலெழுந்தது.

இப்பொழுது நம் பார்வையில் பவுத்தம் இரண்டாக இருக்கிறது.

1. தேரவாதம் - புத்தர் உருவாக்கிய மூல பவுத்தம்
2. மகாயானம் - நாகார்ஜுனரால் உருவாக்கப்பட்ட புதிய பவுத்தம்.

தேரவாதம், புத்தரால் சொல்லப்பட்ட பவுத்தம். புத்தர் ஆரியர் அல்லர், திராவிடர், இவரின் தாய்மொழி பாலி. இது திராவிட மொழிக் குடும்பத்தில் இரண்டாம் இடத்தில் இருக்கிறது.

மகாயானம், புத்தர் பெயரால், நாகார்ஜுனரால் சொல்லப்பட்ட பவுத்தம். நாகார்ஜுனர் ஆரியர். அத்வைதக் கோட்பாட்டாளர்.

நாகார்ஜுனர்

பண்டைய இந்தியாவில் சூன்யவாதம் என்ற மாயாவாதக் கருத்துமுதல்வாதத் தத்துவச் சிந்தனைகளை முதன்முதலாகச் சொன்னவை உபநிடதங்கள்தாம். இதன் இன்னொரு பெயர், வேதாந்தம். இவற்றுக்கு மூலவர்கள் ஆரியர்கள்.

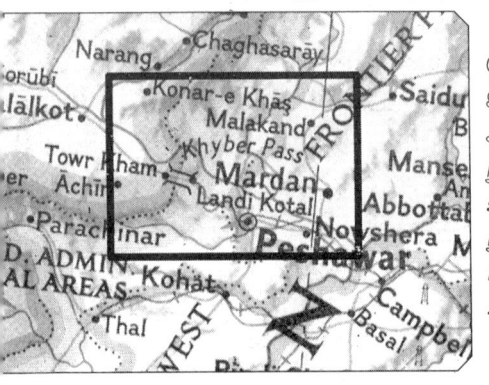

ஆரியர்கள் இந்த மண்ணுக்குச் சொந்தக் காரர்கள் அல்லர், கி.மு.1500ல் கைபர் போலன் கணவாய்கள் வழியாக இங்கு நுழைந்தனர். இவர்களால் உருவாக்கப்பட்ட ரிக்வேதம் என்ற நூல் மக்களை வர்ணங்களாகப் பிரித்து, ஏற்றத்தாழ்வை உருவாக்கியது.

பிரமாணங்களும் உபநிடதங்களும் இந்த வர்ணப் பாகுபாட்டை நிலைபெறச் செய்ய புதிய புதிய கருத்துமுதல்வாதச் சிந்தனைகளை உருவாக்கின.

அங்கே நாம் முதன்முதலாக ஆரியத்தால் வீழ்ந்தோம். எதிர்ப்பில்லா ஆரியம் மக்களை அடிமைப்படுத்தியது. கடவுளைச்

சொல்லிப் பயமுறுத்தியது. பரிகாரம், பூசை, யாகம் என்றெல்லாம் சொல்லி, மக்களின் பொருள்களைக் கவர்ந்தது.

உழைத்து வாழ்ந்த சூத்திரர்களின் உழைப்பில், உழைக்காமல் வாழ்ந்த ஆரியர்கள், கடவுளின் பிரதிநிதியானார்கள் - எஜமானர்களானார்கள். விளைவு, மக்கள் துன்பத்துக்கு ஆளானார்கள். மக்களின் இந்தத் துன்பம்தான் பவுத்தம் உருவாகக் கரணமாக அமைந்தது.

ஒரு சமூகப் புரட்சிக்கு வித்திட்டவர் புத்தர். அவரே தலைமை ஏற்கவும் செய்தார். அதற்காக அவர் தொடங்கிய இயக்கம்தான் சங்கம். பவுத்த சங்கம்.

ஒடுக்கப்பட்ட மக்களுக்கான முதல் குரலை எழுப்பினார் புத்தர். சமத்துவ சமுதாயமே தன் சங்கத்தின் குறிக்கோள் என்றார். ஆரியக் கொள்கைக்கு எதிராகக் கடவுளை மறுத்தார். ஏற்றத்தாழ்வுகளைத் தகர்த்தார். பெண்ணுரிமைக்கு வழி காட்டினார்.

ஆரியத்தின் அத்வைதக் கோட்பாடுகளை, கருத்து முதல்வாதச் சிந்தனைகளை, தன் சங்கத்தின் மூலமும், தன் பவுத்தக் கோட்பாடுகள் மூலமும் ஆட்டம் காணச் செய்தார். பவுத்தம் வெற்றி பெற்றது. ஆனால் ஆரியம் தோற்கவில்லை. மாறாக, அது மறைந்து கொண்டது.

புத்தருக்குப் பின் 400 ஆண்டுகளுக்கு ஆரியத்தால் பவுத்தத்தை வீழ்த்த முடியவில்லை. மகாயானம் அந்தக் காரியத்தைச் செய்து முடித்தது. ஏனென்றால், புத்தம் ஆரியத்தை வேரோடு அழித்துவிடும் என்ற அச்சம் ஆரியத்தை நடுங்கச் செய்தது.

பவுத்தத்தை நேராக எதிர்த்தால், நமக்கே தோல்வி என்பதை உணர்ந்த ஆரியம், தானே பவுத்த வேடத்தைப் போட்டது.

வேடம் பவுத்தம்; வேதம் அதன் கொள்கை.

மகாயானம், மூல பவுத்தத்தின் சமூகச் சிந்தனைகளை, பகுத்தறிவுத் தத்துவங்களை எல்லாம் மறைத்துப்போட்டது.

மூல பவுத்தம் குழம்பியது. ஒருகட்டத்தில், எது பவுத்தம் என்ற கேள்வியே உருவாகிவிட்டது.

சமூகச் சிந்தனையா? தனி மனித ஒழுக்கமா?

ஆரிய மாயையில் இருக்கும் பவுத்தம் அதில் இருந்து வெளிவரவேண்டியது அவசியம். அதற்கு ஏற்பட்டது.

02 புத்தர் சத்திரியர் அல்லர், சூத்திரர்!

புத்தரின் இயற்பெயர் சித்தார்த்தர். கி.மு 563 ஆம் ஆண்டில் கபிலவஸ்துவில் பிறந்தார். புத்தரின் தந்தை சுத்தோதனர். கபிலவஸ்துவின் அரசர். அதனால் புத்தர் இளவரசர். ஆக, அவர் சத்திரிய வம்சத்தைச் சேர்ந்தவர் என்று பிற்கால பவுத்த நூல்களும் சில ஆய்வாளர்களும் சொல்லிவருகிறார்கள்.

இது ஏற்றுக்கொள்ளத்தக்க கருத்தன்று.

பவுத்த இந்தியாவில் அங்கம், மகதம், காசி, கோசலம், வர்ஜ்ஜி, மல்லம், சேடி, வத்சவம், குரு, பாஞ்சாலம், மத்சியம், சவ்ரசேனம், அஸ்மகம், அவந்தி, காந்தாரம், காம்போஜம் ஆகிய பதினாறு நாடுகள் முடியாட்சி நாடுகள். இவற்றில் மகதமும் கோசலமும் பேரரசுகள். அப்போது சிற்றரசுகள் ஜனபதம் என்றும் பேரரசுகள் மகா ஜனபதம் என்றும் அழைக்கப் பட்டன.

தவிரவும், கபிலவஸ்து, பாவா, குசினாரா, வைசாலி, மிதிலை, ராம்காம், அல்லகப, ரேசபுத்ர, பிப்பலவ, சும்சுமார ஆகிய பத்து நிலப்பகுதிகளில் முடியாட்சி அல்லாத ஓர் அமைப்பு முறை

இருந்தது. அவை, குடியரசா, குழு அரசா என்பது பற்றிய தகவல் இல்லை என்றுகூறும் டாக்டர் அம்பேத்கர், சுழற்சி முறையில் அவை முறைபோட்டு ஆண்டன என்பதை அழுத்தமாகப் பதிவு செய்கிறார்.

எனவே, கபிலவஸ்து முடியாட்சியாகவும் இல்லை, மக்களால் தேர்வுசெய்யப்பட்ட பிரதிநிதிகளால் ஆளப்படும் குடியரசாகவும் இல்லை என்று தெரிகிறது.

புத்தர் என்பவர் சாக்கிய அரசின் வாரிசு. இளவரசர் என்று சொல்லும் டாக்டர் எஸ். ராதாகிருஷ்ணனின் கருத்தை, "சாக்கியர்கள், அரசர்கள் அல்லர், இனக்குழுவினர். அவர்களுக்கு அரசரே கிடையாது. அது ஒருவித குடியரசு. அவ்வப்போது தலைவன் (கவனிக்க, அரசனல்ல) தேர்ந்தெடுக்கப்பட்டான்" என்று வலுவாக மறுக்கிறார் ஆராய்ச்சித் தத்துவப் பேரறிஞர் தேவி பிரசாத் சத்தோபாத்யா.

புத்தர் அரசனின் மகன் என்பது பிற்காலத்தில் சொல்லப்பட்ட மரபு. இது அகற்றப்படவேண்டும் என்கிறார் பேராசிரியர் மைக்கேல் கேரிதர்ஸ்.

புத்தர் சாக்கிய இனக்குழுவில் பிறந்தவர் என்பது ஹரிகவா அகிராவின் கருத்து. அதுபோலவே, சித்தார்த்தர் சாக்கியர் என்னும் வலிமைமிக்க இனக்குழுவின் தலைவருக்கு மகனாகப் பிறந்தவர் என்று அழுத்தந்திருத்தமாகச் சொல்கிறார் பொன்காரத் லெவின்.

பொத்தாம் பொதுவாக புத்தரை இளவரசர் என்றும் சத்திரிய வம்சத்தைச் சேர்ந்தவர் என்றும் சொல்லப்படும் வாதம் இங்கே வலுவிழப்பதைப் பார்க்கலாம். அப்படியானால், புத்தர் யார் என்று எழும் கேள்விக்கு விடைகாண வேண்டிய அவசியம் இங்கே ஏற்படுகிறது.

பண்டைய பவுத்த இந்தியாவில் அரசுகள் தோற்றம் பெறுவதற்கு முன்னர் பல்வேறு இனக்குழுக்கள் இருந்தன. அந்த இனக்குழுக்களின் அழிவில் இருந்து தோற்றம் பெற்ற அரசுகளை (ஜனபதம், மகா ஜனபதம்) தொடக்கத்தில் பார்த்தோம்.

இவை அல்லாமல் அரசுகளாக மாற்றம் பெறாமல் இருந்த கபிலவஸ்து உள்ளிட்ட இனக்குழுக்கள் கனம் அல்லது சங்கம் என்று அழைக்கப்பட்டன. இது இனக்குழுவை வழிநடத்தும் தலைமை அமைப்பு.

இந்த அமைப்பில் உறுப்பினர்கள் இருப்பார்கள். அவர்கள் பேரவை உறுப்பினர்களாகச் சிலரைத் தேர்ந்தெடுப்பார்கள்.

இந்தப்பேரவையில் ஆண்கள், பெண்கள் இருபாலரும் 19 வயதுக்கு மேற்பட்டவர்களாக இருப்பார்கள்.

இந்தப்பேரவையும் பிற உறுப்பினர்களும் இனக்குழு சங்கத்தின் தலைவனைத் தேர்ந்தெடுப்பார்கள். இந்தத்தலைவன், அந்தப் பொறுப்புக்கு நிரந்தரமானவன் அல்லன். தேவைப்படும்போது அந்தத்தலைவனை சங்கம் மாற்றிவிடும். அல்லது, குறிப்பிட்ட காலம் வரை அந்தத்தலைவன் அந்தப்பொறுப்பில் இருந்தபின், வேறொருவன் தலைவனாகத் தேர்வுசெய்யப்படுவான்.

இந்த இனக்குழுவின் தலைவன் அரசனல்லன். கபிலவஸ்துவில் சாக்கிய இனக்குழு சங்கத்தில் சுழற்சி முறையில் தேர்ந்தெடுக்கப்பட்ட தலைவர்களுள் ஒருவர்தான், சுத்தோதனர்.

சுத்தோதனர்

புத்தர் காலத்திலேயே சாக்கிய இனக்குழுவும் இனக்குழுச் சங்கமும் கோசலப் பேரரசன் பசநேதியால் அழிக்கப்பட்டு, கபிலவஸ்து முடியாட்சியின் கீழ் வந்தது. அப்போது சுத்தோதனர் உயிரோடு இல்லை. அதனால், புத்தர் அரசகுமாரனும் அல்ல, ஆரியச் சட்டத்தின்படி, சத்திரிய வம்சத்தைச் சேர்ந்தவரும் அல்லர்.

ஆரியர்கள் வருவதற்கு முன்னர் பண்டைய இந்தியா முழுவதும் வாழ்ந்தவர்கள் நாகர்கள். இந்த மண்ணின் மைந்தர்கள். இந்திய நாட்டுக்கு (நாகர் வலம்வந்த தீவு) நாவலந்தீவு என்ற ஒரு பெயரும் இருந்தது என்பது இங்கே கருதத்தக்கது.

நாகர்கள் யார்?

விளக்குகிறார் அம்பேத்கர்.

திராவிடர்கள், நாகர்கள் என்ற சொற்கள் ஒரே மக்களைக் குறிக்கும் இருவேறு பெயர்கள்.

நாகர்களால் பேசப்பட்ட மொழி என்ன மொழி? அவரே இதற்கும் விளக்கம் தருகிறார்.

''தமிழ் அல்லது திராவிடம் என்பது தென்னிந்தியாவின் மொழியாக மட்டுமே இருக்கவில்லை. அது ஆரியர்கள் வருவதற்கு முன்னர் இந்தியா முழுமைக்குமான மொழியாகவும் இருந்தது. காஷ்மீர் முதல் கன்னியாகுமரி வரை பேசப்பட்டது. உண்மையில், இந்தியாவெங்கிலும் நாகர்களால் பேசப்பட்ட மொழியாகவும் அது திகழ்ந்தது.''

நாகர்கள்தான் திராவிடர்கள். இவர்களின் மொழி தமிழ். திராவிடர்களை ஆரியர்கள், 'தாசர்' என்று சொல்கிறார்கள். அப்படியானால், நாகர்கள் தாசர்களா?

இதற்கும் அம்பேத்கரையே நாடுவோம்.

''தாசர்களை நாகர்களிடம் இருந்து வேறுபடுத்திக் காண்பது பெரிய தவறாகும். தாசர்கள் நாகர்களேயன்றி வேறல்ல. வேதகாலஇலக்கியத்தில்குறிப் பிடப்பட்டிருக்கும் தாசர்கள் என்பது நாகர்களுக்குத் தரப்பட்டிருக்கும் வேறு பெயரே அன்றி வேறல்ல'' என்கிறார் அம்பேத்கர்.

நாகர்கள் வழி மரபினரே சாக்கியர்கள். அவர்கள் ''கார்க்கோடகம்'' என்ற நாக இனப்பாம்பை வழி பட்டுள்ளார்கள்.

சாக்கியர்களின் தாய்மொழி பாலி. இது திராவிட மொழிக்குடும்பத்தில் இரண்டாம் இடத்தில் இருப்பதாகவும் தமிழ் மொழியுடன் பாலி மொழிக்கு உள்ள உறவு குறித்தும் டாக்டர் மு. வரதராசனார் விரிவாகப் பேசியிருக்கிறார்.

புத்தர் ஒருமுறை இக்கனங்கலா என்ற சிற்றூருக்குச் சென்றிருந்தார். அங்கு பல்வேறு மக்களிடம் பேசிக்கொண்டிருந்தார். அப்போது வேதங்களின் விற்பன்னரான அம்பத்தன் என்ற ஆரியன், புத்தரிடம் வருகிறான். புத்தரை அவமதிக்கவேண்டும் என்பது அவன் நோக்கம். அதனால் அவருக்கு அருகே அமர்ந்து பேசாமல், அங்குமிங்கும் நடந்துகொண்டே பேசினான்.

அவனுடைய நடத்தையைப் பார்த்த புத்தர், ''நீ இப்படி நடந்துகொண்டு பேசுவது சரியா?'' என்று அம்பக்தனிடம் கேட்டார். அதற்கு அவன் இப்படிச் சொல்கிறான்.

''கௌதமரே, உம்முடைய சாக்கியர் குலம் முரட்டுத்தனமானது. மரியாதை இல்லாதது. உம்முடைய சாக்கியக்குலம் கீழ்நிலையில் உள்ளது. சாக்கியர்கள் பிரமாணர்களை வணங்குவதோ, மதிப்பதோ, அவர்களுக்குப் பொருள் கொடுப்பதோ, சிறப்பு செய்வதோ இல்லை. இது சரியானதல்ல, முறையானதல்ல. வெறும் கீழ்நிலையில் உள்ள ச ாக்கியர்கள் பிராமணர்களை வணங்குவ தில்லை.''

''கீழ்நிலையில் - எங்களைச் சேர்ந்தவர்களின் காலடியில் பட்டவர்களிடம் நான் இப்படித்தான் பேசுவேன்.''

அம்பக்தாவின் இந்தப் பேச்சில், சாக்கியர்கள் 'கீழானவர்கள்', ஆரியர்களின் 'காலடியில் பட்டவர்கள்' என்பதைக் கவனிக்க வேண்டும்.

புத்தரின் காலத்தில் சாதிகள் இல்லை. ஆனால் வர்ணங்கள் இருந்தன. நான்கு வர்ணங்களில் சூத்திர வர்ணமே கீழ்நிலையில் உள்ளது.

புத்தர் சூத்திரர் என்ற செய்திக்கு பவுத்த நூல் திரட்டின் திரிபிடகத்தில் காணப்படும் இந்த அம்பக்த சூக்தமே நல்ல சான்று.

சூத்திரர்களின் பெருமை, அவர்களின் வரலாற்றுச் சிறப்பு பதிவு ஆகியவற்றை ஆரியம் ஏற்றுக் கொள்ளாது. அப்படியே இருந்தாலும், அவற்றை அழிக்கும் அல்லது வரலாற்றைத் திசை திருப்பும்.

இப்படி, திருப்பப்பட்ட கதைதான் புத்தர் ஓர் இளவரசன், சத்திரியன் என்பதெல்லாம்.

உண்மையில், திராவிடச் சாக்கிய மரபில் தோன்றிய புத்தர், சத்தியர் அல்லர், ஒரு சூத்திரர்.

03 புத்தரின் துறவும் காரணமும்

கபிலவஸ்துவின் எல்லை நதியான ‘அனோமா’ ஆற்றைக் கடந்து, மகதப் பேரரசின் தலைநகர் இராஜகிருகத்திற்குப் போய்ச் சேருகிறார் சித்தார்த்த புத்தர், துறவியாக. அப்பொழுது அவருக்கு வயது 29.

புத்தரின் துறவுக்கு இரண்டு காரணங்கள் சொல்லப்படுகின்றன. ஒன்று கதை, மற்றொன்று வரலாறு. இரண்டையும் பவுத்த நூல்களே சொல்கின்றன.

ஒரு நோயாளி, வயது முதிர்ந்த ஒரு கிழவர், இறந்து போன ஒருவரின் உடல் இவை மூன்றையும் முதன்முதலாகப் பார்த்த புத்தர், உலக வாழ்க்கையைத் துறந்து துறவியாகிவிட்டார் என்பது மரபு ரீதியாகச் சொல்லப்படும் கதை.

இந்த மூன்று காட்சிகளின் விளைவாக புத்தர் துறவறம் ஏற்றார் என்றால், இதற்கு முன் இந்தக் காட்சிகளை அவர் பார்க்கவில்லை என்பது எப்படிப் பொருந்தும்?

இவையெல்லாம் நூற்றுக் கணக்கில், பொதுவாக நிகழும் காட்சிகள். இவற்றை இதற்கு முன் புத்தர் காணாது இருந்திருக்கவே முடியாது. முதன்முறையாக அப்போதுதான் இவற்றை புத்தர் கண்டார் என்று கூறும் மரபு ரீதியான விளக்கத்தை ஒப்புக்கொள்ளவே முடியாது. இந்த விளக்கம் ஏற்புடையதன்று, அறிவுக்குப் பொருந்துவதன்று என்று இந்தக் கதையைத் தூக்கி எறிந்து விடுகிறார் டாக்டர் அம்பேத்கர்.

அப்படியானால் புத்தரின் துறவுக்கு உண்மையான காரணம் என்ன?

சரியாகச் சொன்னால் இந்தியாவின் முதல் புரட்சிக்கு வித்திட்ட இடமும், பண்டைய இந்தியாவின் வரலாற்றைத் திருப்பிப் போட்ட இடமும், புத்தரின் துறவில் ஒன்றுபடுகின்றன. இதனை மிகச் சரியாகப் பார்த்தவர்கள் இருவர். ஒருவர் டி.டி. கோசாம்பி, மற்றொருவர் தேவிபிரசாத் சட்டோபாத்தியாயா.

சாக்கியர்கள் வாழ்ந்த கபிலவஸ்துவுக்கும், கோலியர்கள் வாழ்ந்த ராம்காமுக்கும் எல்லை ஆறாக அமைந்திருந்தது 'ரோகினி' ஆறு. இன்று அது கொஹனா என்று அழைக்கப்படுகிறது. இந்த ஆற்று நீரால் சாக்கியர்களுக்கும், கோலியர்களுக்கும் சச்சரவு ஏற்பட்டது. சச்சரவுக்குக் காரணம் (கவனிக்கவும்) நதிநீர்ப் பங்கீடு அல்ல; மாறாக, யார் முதலில் நீரைப் பயன்படுத்துவது என்பதுதான்.

சாக்கியர்களுக்கும் கோலியர்களுக்கும் இது ஒரு கவுரவப் பிரச்னை.

அன்றைய காலகட்டத்தில் ஒவ்வொரு இனத்துக்கும் இனக்குழுவுக்கும் அவற்றின் நலம் பேணுவதற்காகத் தனித்தனியாகச் சங்கங்கள் இருந்தன. ஒவ்வொரு சங்கமும் 'சன்ஸ்தகார்' என்று அழைக்கப்பட்டது.

ரோகினி நதிநீர்ப் பயன்பாடு குறித்துப்பேச, சாக்கியர்கள் தங்களின் சன்ஸ்தகார் சங்கத்தைக் கூட்டினார்கள். பேசினார்கள். விவாதித்தார்கள். முடிவும் எடுத்தார்கள்.

நதிநீர்ப் பயன்பாட்டில் முரண்டு பிடிக்கும் கோலியர்கள் மீது தாக்குதல் தொடுக்க வேண்டும் என்பதுதான் சங்கத்தின் பெரும்பான்மை முடிவாக இருந்தது. அந்த முடிவை சங்கத்தின் உறுப்பினரான சித்தார்த்த புத்தர் கடுமையாக எதிர்த்தார். கோலியர்கள் மீது தாக்குதல் தொடுக்கக்கூடாது என்பதில் பிடிவாதமாக இருந்தார்.

புத்தரைச் சங்கம் நிராகரித்தது. சங்கத்தைப் புத்தர் நிராகரித்தார்.

விளைவு... கபிலவஸ்துவைவிட்டுத் துறவியாக வெளியேறினார் புத்தர்.

பவுத்த நூல்கள் இத்தோடு புத்தரின் துறவை நிறைவு செய்து கொள்கின்றன. சொல்லப்போனால் இது ஒரு மேலோட்டமான செய்தி அவ்வளவுதான்.

அடிப்படையில் புத்தரின் துறவு, இனக்குழுக்களின் அழிவு, அவற்றின் மேல் எழுந்த அரசுகளின் ஆதிக்கம் ஆகியவற்றுடன் தொடர்பு கொண்டிருந்தது. இதுவே பவுத்தம்சூல்கொள்வதற்கும் காரணமாக அமைந்தது.

பவுத்த இந்தியாவில், கி.மு. 600 காலகட்டங்களில் தனித்தனிச் சமூகக் குழுக்கள் கங்கைச் சமவெளிப் பகுதிகளில் வாழ்ந்ததாக டி.டி. கோசாம்பி கூறுகிறார். இந்த சமூகக் குழுக்களின் இன்னொரு பெயர் இனக்குழுக்கள். ஒன்றுமட்டும் தனித்திருந்தால் அது இனம். இரண்டு அல்லது அதற்கு மேற்பட்ட இனங்கள் இணைந்திருந்தால் அது இனக்குழு. அன்றைய காலத்தில் பல்வேறு இனக்குழுக்கள் பரவலாக இருந்துள்ளன.

இந்த இனக்குழுக்களின் அடுத்த கட்டம் அல்லது வளர்ச்சிதான் அரசுகளாக ஆயின. இவ்வாறு தோன்றிய இருபெரும் அரசுகளே கோசலம், மகதம் ஆகியன.

தொடக்ககால இனக்குழுச் (சன்ஸ்தகார்) சங்கங்களிடம் நிர்வாக அமைப்பு முறையும், கட்டுப்பாடும், சனநாயக நடைமுறையும் சிறப்பாக இருந்தன. இந்தக் குழுவுக்கு ஒரு தலைவன். அவனைத் தேர்வு செய்வது சங்கம். சங்கத்தை நெறிப்படுத்தப் பேரவைக்குழு. குழு உறுப்பினர்களாக ஆண்களும் பெண்களும் சமமாக இருந்தனர். 19 வயதுக்கு மேற்பட்டோர் வாக்களிக்கலாம். மக்களில் உயர்வு தாழ்வு இல்லை. அனைவரும் சமம் என்ற சமத்துவச் சமுதாயத்தின் அடையாளமாக இனக்குழுக்கள் இருந்தன.

இந்த இனக்குழு தன்னைப் பாதுகாத்துக்கொள்ள வீரர்கள் கூட்டத்தை வைத்திருந்தது. ஒரு வகையில் இது ஒரு படைப்பிரிவு,

வலிமை வாய்ந்தது. இந்த இனக்குழுக்கள் அனைத்தும் தனித்தனிச் சுதந்திரமான இனக்குழுக்களாக இருந்தன என்பதுதான் கவனிக்கப்பட வேண்டிய செய்தி.

நாளடைவில் இனக்குழுக்களுக்கிடையில் மோதல்கள் நிகழ்ந்தன. வலிமையான இனக்குழுவின் வெற்றியில், சமத்துவம் வீழ்த்தப்பட்டு, தனி அதிகார ஆட்சி ஏற்பட்டது. அந்த ஆட்சி அரசாக மாறியது. அதன் தலைவன் அரசன் ஆனான். சமத்துவம் அழிந்தது. முடியாட்சி தோன்றியது. கோசலமும் மகதமும் இதற்குச் சான்று.

பிற்காலத்தில் உருவான அர்த்த சாஸ்திரத்தில், ''சுதந்தர இனக்குழுச் சங்கங்கள் இருக்கும்வரை அரசாட்சிகள் எழ முடியாது. இனக்குழுச் சங்கங்கள் இருப்பது முடி அரசுகளுக்கு ஆபத்தாகும். ஆகவே அரசுகள் உதிக்க, இனக்குழுக்களை அழிப்பது அவசியமாகும்'' என்று கவுடில்யன் கூறுவது கருதத்தக்கது.

உதித்தெழுந்த முடியரசுகள் இனக்குழுக்களைக் கடுமையாக அழித்தன.

கோசல மன்னன் பசனேதியின் மகன் விதுதபன் சாக்கிய இனக்குழுவை பூண்டோடு அழித்தான். புத்தரால் அதைத் தடுக்க முடியவில்லை. கபிலவஸ்து கோசலரின் ஆட்சியில் சேர்க்கப்பட்டது.

மகதப் பேரரசன் பிம்பிசாரனின் மகன் அஜாத சத்ரு, புத்தரின் காலத்திலேயே வஜ்ஜிய இனக்குழுவை நிர்மூலமாக்கினான். வைசாலி அஜாத சத்ருவின் ஆட்சிக்குட்பட்டது.

மன்னர்கள் தங்கள் நாட்டை விரிவாக்கம் செய்ய பேராசைப் பட்டார்கள். அதனால் இனக்குழுக்கள் மீது படையெடுத்து ஆண்கள், பெண்கள் என கொல்லப்பட்டவர்கள் ஏராளம். மன்னர்களின் காம வேட்கையால் பெண்கள் சின்னாபின்னமாக்கப் பட்டார்கள். அடிமைப்படுத்தப்பட்ட இனக்குழு மக்களிடம் வரி

என்ற பெயரில் பொருள்கள் பிடுங்கப்பட்டன, களவாடப் பட்டன.

அடமானம், வட்டி, கந்துவட்டி என்ற ஏற்பாடுகள் உருவாயின. இவை எல்லாம் மக்களைக் கசக்கிப் பிழிந்தன என்கிறது அர்த்த சாஸ்திரம்.

இனக்குழுக்களை அழித்த அன்றைய மன்னர்கள் சபலங்களுக்கும், சலனங்களுக்கும் ஆட்பட்டு, வரம்பற்ற கொடுங் கோலர்களாக இருந்தார்கள்.

தண்டனைகளாலும், வரிகளாலும், சித்ரவதைகளாலும், கொள்ளையாலும் ஆலையில் கரும்பை நசுக்குவது போல மக்களை நசுக்கினார்கள். அங்கே மந்திரிகளும் பூசாரிகளும் மன்னனின் கொடுமைகளுக்குத் துணை போனார்கள் என்று தெளிவாகச் சொல்கிறார் பிக்.

இவை எல்லாம் நடந்தது புத்தரின் காலத்தில். புத்தர் இளைஞராக இருக்கும் போது இவற்றை எல்லாம் கவனித்துள்ளார்.

சுதந்திரமான இனக்குழுச் சமூக மக்கள், அரசுகளின் அதிகாரத்தில் தம் சுதந்திரத்தை இழந்துவிட்டார்கள். மக்கள் கொல்லப்படுகிறார்கள், கொள்ளையடிக்கப்படுகிறார்கள், ஏமாற்றப்படுகிறார்கள், பெண்கள் பாலியல் வன்கொடுமைகளுக்கு ஆளாக்கப்படுகிறார்கள். சுதந்திர இனக்குழு மக்கள் இப்பொழுது அடிமைகள் ஆகிவிட்டார்கள்.

துன்பம் மக்களின் வாழ்வைச் சூழ்ந்து கொண்டது. அதில் இருந்து அவர்கள் விடுதலை பெற முடியாமல் வீழ்ந்து கிடக்கிறார்கள். உண்மையில், மக்கள் அறியாமைக்குள் தள்ளிவிடப்பட்டிருக்கிறார்கள் இவை எல்லாம் சித்தார்த்த புத்தரைச் சிந்திக்க வைத்தன.

வலிமை வாய்ந்த அரசனை எதிர்த்துப் போரிட முடியாது. ஆனாலும் மக்களைத் துன்பங்களில் இருந்து விடுவிக்க வேண்டும் என்பது புத்தரின் சிந்தனையாக இருந்தது.

இப்படிப்பட்ட சூழ்நிலையில்தான் சாக்கியர் - கோலியர் நதிநீர்ப் பயன்பாடு தொடர்பான சிக்கல் சாக்கியச் சங்கத்தில் வந்தது. அதைச்

சாக்காக வைத்துக்கொண்டு, ஒரு முடிவோடு கபிலவஸ்துவைவிட்டு வெளியேறுகிறார் புத்தர், துறவியாக.

ஆக, புத்தரின் துறவுக்குச் சொல்லப்பட்ட கதை வேறு, உண்மையான காரணம் வேறு, அந்தக் காரணத்தின் விளைவு வேறு. அதைத்தான் தொடர்ந்து பேசப்போகிறோம்.

04

கருவாகியது பவுத்தம்!

உருவாகியது சங்கம்!

அரசுகளின் தோற்றம் இனக்குழுக்களின் அழிவின் மீது ஏற்பட்ட பொழுது, மக்கள் அடைந்த துன்பம் மட்டுமன்று புத்தரின் மனமாற்றத்திற்குக் காரணம். அதைவிட வலிமையான ஓர் ஆதிக்கம் மக்களை அடிமையாக்கி இருந்ததைப் புத்தர் கவனித்தார். அது ஆரியம்.

அரசன் தன் அதிகாரத்திற்கு ஆயுதத்தை முன்வைத்தான். ஆரியம் தன் ஆதிக்கத்திற்கு வஞ்சகத்தை முன்வைத்தது.

ஆரியர்கள் சிறுபான்மையினர், திராவிடர்கள் பெரும் பான்மையினர். அதனால் பெரும்பான்மைத் திராவிடர்களின் வலிமையைச் சிதறடிக்க, ஆரியம் செய்த சூழ்ச்சியின் முதல் நூல் ரிக்வேதம்.

ஆரியர்கள் பிறப்பால் உயர்ந்த பிராமணர்கள், திராவிடர்கள் அவர்களைவிடத் தாழ்ந்தவர்கள் என்றது ரிக்வேதம். திராவிடர்களைச்

சத்திரியர் என்றும், வைசியர் என்றும், சூத்திரர் என்றும் மூன்று கூறுகளாகப் பிரித்துப் போட்டது அந்த நூல். இதனை சதுர்வர்ணம் என்பார்கள்.

தன் பாதுகாப்பைக் கருதி சத்திரியர் என்ற அரசர்களைத் தன் பக்கத்தில் வைத்துக்கொண்டு, ''இராஜகுரு'', ''மகாமந்திரி'' என்ற பெயர்களால் அரசனின் அதிகாரத்தைத் தனக்குச் சாதமாக்கியது ஆரியம்.

புரோகிதர்களும், குருமார்களும், சோதிடர்களும் உருவானார்கள். யாகங்கள் உருவாயின; வேள்விகள் உருவாயின; புரோகிதங்கள் உருவாயின; வேத மந்திரங்கள் ஒலிக்கத் தொடங்கின. இவையெல்லாம் தெய்வீகத்தோடு தொடர்புகொண்டவை என்றார்கள்.

தெய்வத்தை ''பிரம்மம்'' என்றார்கள். பிரம்மமே ''பிராமணன்'' என்று தம்மை அதனோடு இணைத்துச் சொன்னார்கள். தெய்வீகம் ஆரியரின் சொத்து என்று சொல்லி,திராவிடர்களை அதனிடம் இருந்து ஒதுக்கி வைத்தார்கள்.

கடவுள் என்று பயமுறுத்தினார்கள்; விதியைச் சொல்லிப் பயமுறுத்தினார்கள்; மறுபிறப்பு என்று பயமுறுத்தினார்கள்.

அறியாமை மக்களை ஆட்கொண்டது. அனைத்தும் அவன் செயல் என்ற ஆரிய வாக்கை நம்பிய மக்கள், 'தெய்வக்குற்றம்' ஏற்பட்டுவிடக் கூடாது என்று பயந்தார்கள். பரிகாரம் தேடினார்கள். சோதிடர்களிடம் ஓடினார்கள் மக்கள்.

மக்கள் மட்டுமன்று, மன்னர்களும் ஏமாந்தார்கள். ஆரியர்களின் தெய்வீகத்துக்குப் பயந்த மன்னர்கள் ஏராளமான நிலங்களை ஆரியர்களுக்கு இலவசமாக வழங்கினார்கள். இறையிலி என்ற பெயரால் வரிவிலக்கு வழங்கினார்கள். அவை ''பிரம்மதேயம்'' என்று அழைக்கப்பட்ட வரலாற்றை பவுத்த நூல் திக்நிகாய கூறுகிறது.

இது ஒருபுறம் இருக்க, மறுபுறம் மக்களின் நிலை வேறாக இருந்தது.

தாசா, கம்ம, போரிச, வேட்ட, விட்டா, ஆதனா, டுக்கட்டா ஆகியவை உழைக்கும் மக்களைக் குறிக்கும் பாலி மொழிப்பெயர்கள் என்பதைச் சம்யுக்த நிகாய என்ற பவுத்த நூல் கூறுவதைக் காணலாம்.

குறிப்பாக, 'தலித்' என்ற பெயர் முதன்முதலாக 'தலித்தா' என்ற ஒடுக்கப்பட்ட ஆதரவற்ற மக்கள் என்ற பொருளில் திரிபிடக நூலுள் ஒன்றான மஜ்ஜிய நிகாய குறிப்பிடுவது கவனத்துக்குரியது. இன்று தலித் மக்கள் தாழ்த்தப்பட்டவர்களாகக் கருதப்படுகிறார்கள்.

மேலே குறிப்பிட்ட இந்த மக்களின் வாழ்நிலை எப்படி இருந்தது புத்தரின் காலத்தில்?

விளக்கம் தருகிறார் உமா சக்கரவர்த்தி:

''தாசர்கள், கம்மக்காரர்கள், போரிசர்கள் பற்றி பவுத்த நூல்களில் அடிக்கடி குறிப்பிடப்படுகிறது. வேட்டன் மற்றும் விட்டானிகன் போன்ற வார்த்தைகளும் ஒருசேரத் தோன்றின. முதன் முறையாகப் பயன்படுத்திய மற்றொரு வார்த்தை தலித்தா'' இது மிகவும் வறிய நிலை மக்களைக் குறிப்பிட்டது.

அவர்கள் பரிதாபகரமான வறுமை வாழ்க்கையை வாழ்ந்தனர். உண்ணவோ, அருந்தவோ போதிய பொருட்கள் இல்லாத ஏழைகளாக இருந்தனர். தங்களது முதுகை மூடக்கூட ஆடையின்றி இருந்தனர். மிதமான வசதியும், சமூகத்தின் இதர பகுதியினருக்கு வளமான வசதியும் இருந்தபோதிலும், அத்தகையத் தீவிர வறுமையும் அனாதரவான நிலையும் நிலவியதை, ஆதாரங்கள் முதன்முறையாக எடுத்துக்காட்டின.

"சமூகத்தில் பணக்காரர்கள் ஆடம்பரமாக இருந்தனர். தங்கம், வெள்ளி, தானியம், அழகிய வீடுகள், பணியாட்கள் அவர்களிடம் இருந்தன. அவர்களோடு ஏழையான மக்களை இலக்கியம் ஒப்பிட்டுக் காட்டியது.

பரிச்சயமான பாலி மொழிச் சொற்றொடர்களான மொஹபோக குலம், தலித்தா குலம், சாதனா, ஆதனா, எகட்டா, டுக்கட்டா ஆகியவை மூலம் வர்க்கங்களிடையே இருந்த கூர்மையான சமூக வேறுபாடு வெளிப்படுத்தப்பட்டது. அத்தகைய வறுமையாக்கலுக்குக் காரணமாக நிலம் மற்றும் வள ஆதாரங்கள் சமனற்றுக் கிடைக்கப் பெற்றதைக் கூறலாம். வறுமையாக்கப்பட்ட குழுக்களுக்கு தங்கள் உழைப்பை விற்பதைத் தவிர வேறு மாற்று இல்லை. அடிப்படை இருப்புக்காக, தேவைக்காக அடிமையாக இருப்பது தவிர வேறு மாற்று இல்லை."

புத்தர் காலத்தில் வாழ்ந்த சூத்திரர்களின் நிலை, மக்களின் நிலை இப்படி இருந்துள்ளது.

பெண்கள் உரிமையற்றவர்களாக இருந்தார்கள். பொது அவையின் முன் அவர்கள் வரக்கூடாது. தந்தை, சகோதரன், மகனின் கட்டுப்பாட்டில் வாழ்வதே பெண்களின் தலைவிதி. பெண்கள் அபாயகரமானவர்கள். கோபப்படுபவர்கள். காம உணர்ச்சி ததும்புபவர்கள். கலப்படமானவர்கள். ஆண்களின் அடிமைகள். கருப்புப் பாம்புக்கு ஒப்பானவர்கள் என்று கருதப்பட்டார்கள் என்று பவுத்த மூல நூலான திரிபிடகத்தின் ஒரு நூலான அங்குத்த நிகாய வெட்டவெளிச்சமாக்குகிறது.

பவுத்த நூலான திக்நிகாய தரும் பாடல் இது:
இங்கு இருக்கிறார் மகத அரசர் அஜாத சத்ரு
அவரும் மனிதர்தான்
நானும் மனிதன்தான், ஆனால்
முழுமையான சுகபோகங்களில்
வாழ்கிறார் மன்னர்
இங்கு நான் அடிமையாய் உழல்கிறேன்
அரசருக்கு முன் எழுந்து
பின் தூங்குகிறேன்
அவரது மகிழ்விற்குச்
சேவை செய்கிறேன் அவரது
பார்வையைப் பார்த்துப் பணி செய்கிறேன்
ஆனால் நான் அடிமை

இந்த மக்களைத்தான் புத்தர் 'பதித்' என்று அழைத்தார். அறியாமையால் அடிமையானவர்கள் என்று இதற்குப் பொருள்.

இனக்குழுக்களின் அழிவின்போது இருந்த துன்பத்தைவிட, இந்தத் துன்பம் வலிமைவாய்ந்தது என்பது புத்தரின் பார்வை.

பிறப்பில் தோன்றிய சாதிய வர்ணம், ஆரியத்தின் ஆதிக்கம், அதற்குக் கிடைத்த மன்னர்களின் ஒத்துழைப்பு, கடவுள் கோட்பாடுகளால் வாழும் ஆரியக் கூட்டம், அதே கோட்பாடுகளால் அறியாமைக்கு உள்ளான மக்கள், உழைப்புச் சுரண்டல், அடிமை உழைப்பு, பெண்ணடிமை, இவற்றால் நாள்தோறும், காலம்தோறும், தலைமுறை தலைமுறைதோறும் தொடர்ந்த, தொடர இருக்கின்ற துன்பம் இது என்பதை உணர்ந்தபோது, புத்தருக்கு மிகப்பெரிய வலியைக் கொடுத்தது.

துன்பத்துக்கும் அடிமைத்தனத்துக்கும் பெரிதும் வேறுபாடு இல்லை என்பதைப் புரிந்துகொண்ட புத்தர், அந்த மக்களுக்காக, திராவிட மக்களுக்காக ஆரியத்தை எதிர்க்க வேண்டும் என்ற முடிவுக்கு வருகிறார். இந்த முடிவுதான் புத்தரைத் துறவியாக்கியது.

ஜவஹர்லால் நேரு தன் மகள் இந்திரா பிரியதர்ஷினிக்கு எழுதிய கடிதத்தில் இந்த வரி இருக்கிறது. அது, "சாதிக் கொடுமையையும் குருமார்களின் ஏமாற்று வித்தைகளையும், சடங்கு முறைகளையும் ஒழிக்க எழுந்தது பவுத்தம் என்று நான் பல தடவை கூறியிருக்கிறேன்."

புத்தர் ஆரியத்துக்கு எதிராகத்தான் பவுத்தத்தைத் தொடங்கினார் என்பதற்கு நிறைய சான்றுகள் உள்ளன.

கபிலவஸ்துவில் முதன் முதலாக மகதப் பேரரசன் பிம்பிசாரனைச் சந்தித்த சித்தார்த்த புத்தர், அவரிடம் இப்படிச் சொல்கிறார். "உலகியல் பூசலால் காயப்

பட்டு விட்டேன். மக்கள் துன்பத்தில் இருக்கிறார்கள்... இப்போது என் பிரச்னை விரிவாகிவிட்டது. இந்தச் சமூக முரண்பாட்டுப் பிரச்சனைக்கு நான் தீர்வு கண்டாக வேண்டும்''

பிம்பிசாரன் அமைதியாக இருக்கிறார்.. புத்தர் அமைதியாகச் சிந்திக்கிறார்.

கருவாகியது பவுத்தம்! உருவாகியது சங்கம் !

05

புத்தர் ஒரு போராளி!

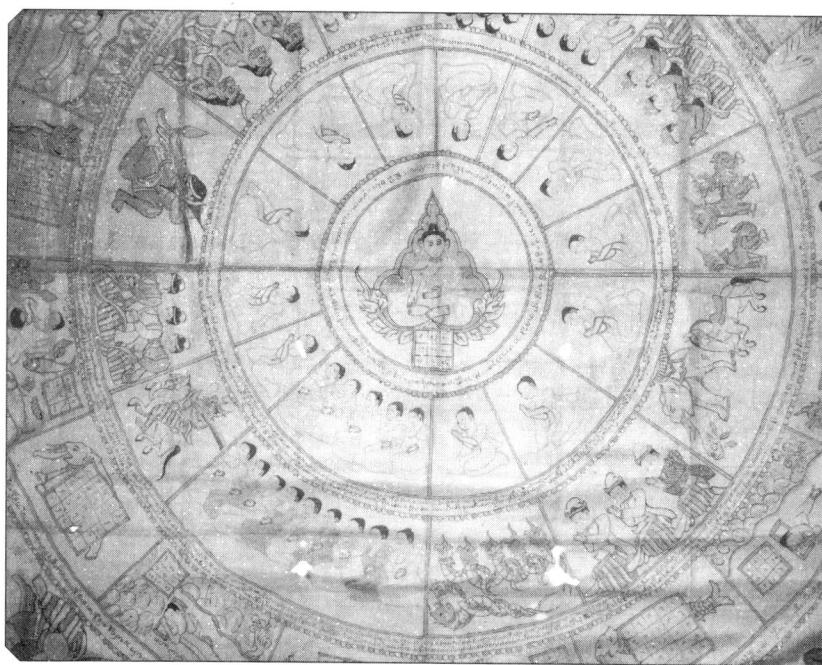

ஆதிக்கத்துக்கும் அதிகாரத்துக்கும் எதிராகப் புத்தரால் உருவாக்கப்பட்ட கருத்தியல் கோட்பாடு பவுத்தம். அதை நடைமுறைப்படுத்தவும், மக்களிடம் கொண்டு செல்லவும் அவரால் உருவாக்கப்பட்ட இயக்கம் சங்கம். இந்தச் சங்கம்தான் பண்டைய இந்தியாவில் தோன்றிய முதல் மக்கள் இயக்கம்.

இதற்கு முன்னால் ஆரியத்துக்கான எந்த ஒரு சங்கமோ, நிறுவனமோ இருந்ததில்லை. பவுத்தத்தின் சமகாலச் சமயமான சமணத்தில் சங்கம் இருந்திருக்கலாம் என்றே படுகிறது. மஜ்ஜிம நிகாயத்திலிருந்து கோசாம்பி கொடுத்துள்ள ஒரு மேற்கோளில், சங்கத் தலைவர் என்றே சமணத் தலைவர் அழைக்கப்பட்டிருக்கிறார் என்கிறார் பேராசிரியர் அருணன். இருந்தாலும் சமணச் சங்கம் பற்றிய செய்திகள் என்ன என்பது தெரியவில்லை.

ஆனால் புத்தர் சங்கம் தொடங்குவதற்கு முன்னரும் சங்கங்கள் இருந்துள்ளன என்பதை மறுக்க முடியாது. புத்தர் தன் சங்கத்தின் அமைப்பு முறையை, இனக்குழுச் சங்கத்தில் இருந்து எடுத்துக் கொண்டதாக தேவி பிரசாத் சட்டோபாத்தியாயா கூறுகிறார்.

இனக்குழுச் சங்கத்தின் பெயர் சன்ஸ்தகார் என்பதையும் சாக்கிய இனச் சன்ஸ்தகார் சங்கத்தில் இருந்து முரண்பட்டு வெளியேறினார் புத்தர் என்பதையும் முன்னர் பார்த்தோம்.

இந்தச் சாக்கிய இனக்குழுச் சன்ஸ்தகார் சங்கம்தான் புத்தர் உருவாக்கிய (பவுத்த) சங்கத்திற்கு முன்மாதிரி, முன்னுதாரணம்.

இருந்தாலும், சன்ஸ்தகார் சங்கங்கள் ஓர் இனம் அல்லது இனக்குழுவின் நலத்தைப் பேணும் சங்கமாக மட்டும் இருந்ததே ஒழிய, பரந்துபட்ட மக்களின் பொது இயக்கமாக அவை இருக்கவில்லை.

மாறாக, புத்தரின் சங்கம் இனக்குழுக்களின் எல்லைகளை உடைத்துக் கொண்டு, பரந்துபட்ட ஒரு மக்கள் இயக்கமாக, சமூக அரசியல் இயக்கமாக உருவெடுக்கத் தொடங்கியது.

சங்கத்தில் சாதிகள் விலக்கப்பட்டன. சமூக அந்தஸ்து நிராகரிக்கப்பட்டது. தனியுடைமை மறுக்கப்பட்டது. சமத்துவம் பேணப்பட்டது. ஆண், பெண் இருபாலரும் சமமாயினர். தனிமனித ஒழுக்கம் பேணப்பட்டது. மக்களின் வாழ்வியல் சங்கத்தின் கருப்பொருளாக ஆனது. சங்கம் ஒரு பயிற்சிக் கூடமாகவே மாறியது.

சங்கத்தின் முழு ஆளுமையும் புத்தரிடம் இருந்தும் கூட, தன்னைச் சங்கத்தின் தலைவராக அறிவிக்க மறுத்துவிட்டார். சங்கம் தன்னைத் தானே நிலைநிறுத்தி இயங்கும் என்பது அவரின் வாக்கு.

சங்கத்தில் துறவிகளின் பொதுக்குழு அமைக்கப்பட்டு இருந்தது. தெரிவு செய்யப்பட்ட முழு அதிகாரம் கொண்ட துறவிகள் இந்தப் பொதுக்குழுவின் உறுப்பினர்கள். மற்றவர்கள் சங்கத்தின் உறுப்பினர்கள்.

பொதுக்குழு உறுப்பினர்கள் அனைவருக்கும் வாக்குரிமை உண்டு. அதுபோலப் பிற சங்க உறுப்பினர்கள் பொது வாக்கெடுப்பில் வாக்களிக்கும் உரிமை பெற்றவர்களாக இருந்தார்கள்.

பொதுக்குழுவில் தீர்மானம் கொண்டு வரும்போது அது முன்மொழியப்பட்டு, விவாதிக்கப்பட்டது. ஒருமனதாகத் தீர்மானம்

நிறைவேறவில்லை என்றால் வாக்கெடுப்பு நடத்தப்பட்டது. பெரும்பான்மை வாக்குகள் வெற்றியாக அறிவிக்கப்படும்.

பொதுக்குழுவோ, சங்கக் கூட்டமோ பெரும்பான்மை உறுப்பினர்கள் அன்றி, அரைகுறை உறுப்பினர்களுடன் நடத்தக் கூடாது.

தீர்மானம் முறைப்படி ஒருமுறை, இரு முறை, மூன்று முறை அவைமுன் வைக்கப்படும். சங்கம் அமைதியாக இருந்தால் தீர்மானம் தானாக அமுலுக்கு வரும். யாராவது எதிராகப் பேசினாலோ, கருத்து வேறுபாடு கொண்டாலோ பெரும்பான்மையின் கருத்து ஏற்கப்படும். அதற்காக வாக்கெடுப்பு நடத்தப்படும். வாக்கெடுப்பவர் முன்கூட்டியே சங்கத்தால் நியமிக்கப்பட்டு விடுவார் என்று மஜூம்தார் சொல்வதில் இருந்து, சங்கம் ஜனநாயக முறையில் செயல்பட்டு வந்துள்ளது என்பதை அறிய முடிகிறது.

இதே கருத்தமைவில் கோசாம்பியும், தேவிபிரசாத் சட்டோபாத்தியாவும் ஒன்றிணைவது இங்கு கருதத்தக்கது.

இது ஒருபுறம் இருக்க, மறுபுறம் சமூக இழிவுகளுக்கு எதிராக, ஏற்றத் தாழ்வுகளுக்கு எதிராக, சமத்துவச் சமூக அமைப்பை நோக்கிய பார்வையில் ஆரியத்தை எதிர்க்கச் சங்கத்தைத் தயார் படுத்தினார் புத்தர்.

வேதங்கள் புனிதமானவை. சதுர்வர்ணம் ஆரியர்களின் இலட்சியச் சமுதாயக் கோட்பாடு. சதுர்வர்ணக் கோட்பாட்டைக் கேள்வி கேட்காமல் அனைவரும் ஏற்றுக்கொள்ள வேண்டும்.

சதுர்வர்ணங்களிடையே சமத்துவம் நிலவக்கூடாது.

ஆரியர்களே அனைத்து உரிமைக்கும், ஆதிக்கத்துக்கும் உரியவர்கள்.

சூத்திரனுக்கு எந்த உரிமையும் இல்லை. அவன் சமூக அடிமை.

சூத்திரர்கள் கல்வி கற்கக் கூடாது. பெண்களும் கல்வி கற்கக்கூடாது. அவர்கள் ஆண்களின் அடிமைகள்.

இவை போன்ற கருத்தியலால், பலவீனமான சூத்திரர்களை ஒடுக்கவும், சுரண்டவும், அவர்களை முழுமையான அடக்குமுறை நிலையில் வைத்திருக்கவும் ஆரியம் முற்பட்டதைப் புத்தர் கடுமையாக எதிர்த்தார்.

பவுத்த சங்கம் குருமார்களின் கூட்டமன்று; அதில் பூசாரிகளும், புரோகிதர்களும் இல்லை. அது பயிற்சி பெறும் துறவிகளின் கூட்டம் என்கிறார் ப. ராமசாமி.

வெறும் போதனைகளால் மக்களை வெகுதூரம் கொண்டு செல்ல முடியாது. மக்களின் சந்தேகங்களுக்கு விளக்கம் சொல்ல வேண்டும்.

அதற்கான சமூக அறிவுப் பயிற்சியைச் சங்கத்தின் மூலம் துறவிகளுக்குக் கொடுக்கச் செய்தார் புத்தர்.

தன் தோழமைத் துறவிகளிடம் புத்தர் சொல்கிறார்:

"நான் உலகத்துடன் சச்சரவிடுபவன் அல்லன். ஆனால் உலகம்தான் என்னுடன் சச்சரவிடுகின்றது. நாம் போர் தொடுக்கின்றோம். அதனால் நாம் போராளிகள் என்று அழைக்கப்படுகின்றோம். உயர்ந்த நல்ல நெறிகளுக்காக, உன்னதமான நல்ல முயற்சிக்காக, தேர்ந்து, தெளிந்த நல்லறிவுக்காக நாம் போர் தொடுக்கிறோம். எனவேதான் நாம் போராளிகள் என்று அழைக்கப்படுகிறோம். எங்கெல்லாம் நல்ல நெறிகள் அபாயத்தில் இருக்கிறதோ, அங்கெல்லாம் போராடுங்கள் வாயடைத்து நின்றுவிடாதீர்கள்... அமைதியைப் பாதுகாப்பதற்கான எல்லா வழிகளும் தோல்வியடைந்து போனால், போர் தொடங்குகிறவன் மீதுதான் வன்முறையின் பொறுப்பு சேரும். தீய சக்திகளுக்கு ஒரு போதும் பணியக்கூடாது. போர் இருக்கலாம், ஆனால் அது சுயநல நோக்கங்களுக்காக இருக்கக்கூடாது"

புத்தரின் இந்தப் பேச்சின் மூலம் அவரது சமூக அக்கறையைப் பார்க்கலாம். அவர் ஒரு போராளியாகக் காட்சி தருகிறார். தன் சங்கத்தையும், தோழமைத் துறவிகளையும் சிந்தனைக்கு, போராட்டக் களத்துக்கு அவர் கொண்டுசெல்கிறார்.

புத்தர் தன் தோழமைத் துறவிகளிடம், "நீங்கள் ஒவ்வொரு நாட்டுக்கும் செல்லுங்கள். மாறாதவர்களை மாற்றுங்கள். உலகம் முழுவதும் துன்பத்தில் எரிந்துகொண்டிருக்கிறது. எங்கும் போதனை

செய்யுங்கள். சரியான வழிகாட்டுதல் இல்லாதவர்களுக்கு வழிகாட்டுங்கள். செல்லுங்கள். அவரவர் தனித்தனி வழியில் செல்லுங்கள். கருணையில் நிரம்பி இருங்கள். செல்லுங்கள். காப்பாற்றுங்கள். அவர்களை ஏந்துங்கள்'' என்று சொல்வதைப் பேராசிரியர் அருணன் சுட்டிக் காட்டுவதில் இருந்து, புத்தர் எத்தகைய சமூகச் சீர்திருத்தவாதி, புரட்சியாளர் என்பதைப் புரிந்துகொள்ளலாம்.

அறிவின் பெருமையும், அறியாமையின் சிறுமையும் பவுத்தத்தில் வலியுறுத்தப் படுவதுபோல, வேறு எந்த மதத்திலும் வலியுறுத்தப் படுவதில்லை. மனிதன் தன் கண்களை அகல விரித்து, எப்போதும் விழிப்பாக இருக்க வேண்டும் என்பதற்கு வேறு எந்த மதமும் இவ்வளவு முக்கியத்துவம் அளிப்பதில்லை என்கிறார் ஈ.ஜே.மில்ஸ்.

டாக்டர் அம்பேத்கர் சொல்கிறார், ''பவுத்தம் ஒரு புரட்சியாகும். இது சமயப் புரட்சியாகத் தோன்றியதாயினும், அதனினும் மேலாக சமூக அரசியல் புரட்சியாக அது மாறியது.''

பவுத்தத்தின் புரட்சி ஆரியத்தின் எதிர்ப்பில் இருந்தும், பகுத்தறிவுச் சிந்தனையில் இருந்தும் புறப்படுகிறது.

''புத்தரைப் போல நாத்திகராக வாழ்ந்தவரும் இல்லை, கடவுள் போல மதிக்கப்பட்டவரும் இல்லை. அவர் தெய்வீகத்தன்மை தமக்கு இருப்பதாக அகம்பாவத்துடன் உரிமை கொண்டாடாதவர்.''

''எளிமையாக சராசரி மக்களிடம் அவர் வலம் வந்தார். தூற்றியவர்களைப் புறமுதுகிடச் செய்தார். இனிமையும் எடுப்பும் நிறைந்தது அவரின் பேச்சு. அவர் ஒவ்வொருவருக்கும் தலைவர். அனைவருக்கும் நண்பர். அவரது கனிவான எடுப்பான பேச்சு கேட்போரை ஆட்கொண்டது.'' இவர் பேச்சினால் கேட்பவர் கூட்டம் அதிகரிக்கிறது.

''அவர் என்ன பேசுகிறார் என்பது முக்கியமல்ல. ஏனெனில் இயக்கத்தைக் கட்டுப்படுத்தி, கேட்போரை வளைய வைக்கும் ஆற்றல் படைத்தவராக அவர் இருந்தார். தங்கள் துன்பத்தின் மீட்சிக்கு அவரே பொறுப்பு என்று மக்கள் நம்பினார்கள்.

அடிமைகள் சுதந்திர மனிதர்களாகும் உண்மையையும், சாதிகளைக் கடந்து அனைவரும் சகோதரதத்துவம் உள்ளவர்கள் என்பதையும், புத்தருடைய பேச்சில்தான் முதல்முதலாக மக்கள் உணர்ந்தார்கள்'' என்று புத்தரின் உருவத்தைக் கண்முன் கொண்டுவருகிறார் பேராசிரியர் ஹட்கின்ஸ்.

இந்த உணர்வுதான் மக்களைப் பவுத்தத்துக்குக் கொண்டு சென்றது. இந்தப் பேச்சுதான் மக்களைச் சங்கத்துக்குக் கொண்டுபோனது.

மக்கள் மத்தியில் புத்தர். திகைத்தது ஆரியம்!

மக்களுக்காகப் பேசினார் புத்தர். அதிர்ந்தது ஆரியம்!

ஊரெல்லாம் சுற்றிச் சுற்றிப் பவுத்தத் துறவிகள் முழங்கினார்கள்:

வாருங்கள் அறிவை ஏற்றுக்கொள்வோம்,
புத்தம் சரணம் கச்சாமி!

வாருங்கள் சமநீதியை ஏற்றுக்கொள்வோம்,
தம்மம் சரணம் கச்சாமி!

வாருங்கள் நாம் ஒன்றிணைவோம்,
சங்கம் சரணம் கச்சாமி!

ஆரியத்தின் அஸ்திவாரத்தை ஆட்டத் தொடங்கினார் புத்தர் ஒரு போராளியாக; அப்பொழுது அவருக்கு வயது 37.

06
புத்தரின் முதல் ஆரிய எதிர்ப்பு

தன் 29ஆம் வயதில் வீட்டை விட்டு வெளியேறிய சித்தார்த்த புத்தர், அடுத்த 7 ஆண்டுகள் உலகியல் மற்றும் மக்களின் வாழ்வியல் உண்மைகளை அறிவதற்காகச் சுற்றித்திரிந்தார். சமயப் பெரியவர்களையும் சந்தித்துப் பேசி இருக்கிறார்.

37ஆம் வயது தொடக்கம் அவர் மரணமடைந்த 80ஆம் வயது வரையிலான 43 ஆண்டுகள், ஆரியத்துக்கு எதிரான அவரின் கருத்தியல் சமூகப் போராட்டமே பவுத்தமாக உருப்பெறுகிறது.

புத்தர் தன் கருத்தியல் கோட்பாடுகளைப் 'பவுத்தம்' என்று சொன்னதில்லை. 'தம்மம்' என்றே பேசி இருக்கிறார். இங்கே புரிதலுக்காகப் பவுத்தம் என்றே தொடர்ந்து பேசுவோம்.

புத்தர் நான்கு சிந்தனைகளில் இருந்து பவுத்தத்தை உருவாக்குகிறார். இதை நான்கு உண்மைகள் என்று பவுத்தர்கள் சொல்வார்கள். அவை:

1. மக்கள் வாழ்வில் துன்பம் இருக்கிறது
2. அந்தத் துன்பம் தோன்றக் காரணம் இருக்கிறது
3. அதை நீக்க வழியும் இருக்கிறது
4. துன்பத்தை நீக்கி மக்கள் விடுதலை பெறவேண்டும்

இந்த நான்கும் பவுத்தத்தின் அடிப்படை. இதில் இருந்துதான் பவுத்தம் உருவாகிறது.

இந்த நான்கு உண்மைகளில் முதல் உண்மை பற்றிய விளக்கத்தை வினயபிடகத்தின் 5 பிரிவுகளில் ஒன்றான மகாவக்கம் இப்படித் தருகிறது.

பிறப்பு துன்பம், முதுமை துன்பம், நோய் துன்பம், மரணம் துன்பம், அன்பில்லாதவர்களின் தொடர்பும், அன்புள்ளவர்களின் பிரிவும், விரும்பிய பொருள் கிடைக்காமல் போவதும் எல்லாம் துன்பமயமானது.

இந்தத் துன்பங்களின் தோற்றம் ஆசை என்றும், ஆசையை விட்டொழித்தலே துன்பவிடுதலைக்கான வழி என்றும், இறுதியில் மறுபிறப்பு எடுக்காமல் இருப்பதே துன்பத்தை அழிப்பதற்கான வழி என்றும் பவுத்த நூல்கள் சொல்கின்றன.

இந்த விளக்கம் ஏறத்தாழ ஒரு துன்பமயமான கோட்பாடாக, மனிதனை மன உளைச்சலுக்கு உள்ளாக்கும் கோட்பாடாகக் கொண்டு நிறுத்துகிறது.

இது குறித்து டாக்டர் அம்பேத்கர் என்ன சொல்கிறார்? அவர் வாழ்மொழியாகவே கேட்போம்.

"இவை புத்தரின் உண்மையான போதனைகளின் பகுதிகளாகவா அமைந்துள்ளன? இந்து சமய மரபு முறை பவுத்தத்தின் ஆணிவேரையே

அறுத்து எறிவதாக உள்ளது. வாழ்க்கை துன்பமாயின், மரணம் துன்பமாயின், மறுபிறப்பும் துன்பமாயின், அனைத்துக்கும் ஒரு முடிவு உண்டு.'' உலகில் ஒரு மனிதன் இன்பத்தை அடைவதற்கு மதமோ, தத்துவமோ ஒருக்காலும் உதவாது. துன்பத்தில் இருந்து தப்பிக்க ஒரு வழியும் இல்லையென்றால், பின் மதம் என்ன செய்ய முடியும்? பிறப்பிலேயே துன்பம், அது எப்போதும் இருக்கும் என்றால் அத்தகைய துன்பத்தில் இருந்து மனிதன் விடுபட புத்தர் என்ன செய்ய முடியும்?

"பவுத்தர் அல்லாதவர்கள் பவுத்தத்தை ஏற்றுக்கொள்ள இந்த நான்கு உண்மைகளும் பெரும் தடையாக இருக்கின்றன. ஏனென்றால் இந்த நான்கு உண்மைகள் மனிதனின் நம்பிக்கையைத் தகர்ப்பனவாக இருக்கின்றன. இந்த நான்கு உண்மைகளின் விளக்கம் புத்தரின் போதனைகளை விரக்திப் போதனைகளாக ஆக்கிவிடுகின்றன.

இவை ஆதியில் புத்தரால் போதிக்கப்பட்ட உண்மையான போதனைகளின் பகுதிகளா அல்லது பிற்காலத்தில் துறவிகளால் உண்டாக்கித் திணிக்கப்பட்டவைகளா?

டாக்டர் அம்பேத்கரின் இந்த விளக்கமும் வினாக்களும் சிந்தனைக்குரியன. பவுத்தத்தின் அடிப்படையான நான்கு கோட்பாடுகளை ஆரியம் சிதைக்க முற்பட்டிருப்பதை அம்பேத்கரின் விளக்கம் தெளிவுபடுத்துகிறது.

புத்தரின் பேச்சுகள், உரைகள், விவாதங்கள், அவரின் செயல்பாடுகள் ஆகியன பற்றியெல்லாம் புத்தரோ அன்றி அவரின் சமகாலத்தவர்களோ யாரும் எழுதிவைக்க வில்லை.

புத்தர் மறைந்து ஏறத்தாழ 400 ஆண்டு களுக்குப் பின்னர்தான் இவை திரிபிடகம் என்ற பெயரில் நூல்களாக எழுதப்பெற்றன. இடைப்பட்ட காலங்களில் பவுத்தத்தில் இருந்து பிரிந்து சென்ற ஆரியவாத பவுத்தக் குழுக்கள், புத்தரின் போதனைகளை, தத்துவங்களைச் சிதைத்து, திருத்தி, மாற்றிச் சேர்த்திருக்க அல்லது திணித்திருப்பதற்குப் பெரிதும் வாய்ப்பிருக்கிறது.

அதனால்தான் அம்பேத்கர் இவை புத்தரின் உண்மையான போதனைகளா அல்லது பிற்காலத்தில் துறவிகளால் உண்டாக்கித் திணிக்கப்பட்டவையா என வினவுகிறார்.

எப்படியோ, பவுத்தத்தின் நான்கு அடிப்படை உண்மைகளின் சரியான விளக்கத்தை நாம் தேடிப்பிடித்தாக வேண்டும்.

புத்தர் தன் முதற் பேருரையை வாரணாசியில் நிகழ்த்தினார். இதைக் காசிப்பேருரை என்பார்கள். இந்த உரையின் போதுதான் முதன் முதலாக, மக்களிடம் துன்பம் இருக்கிறது, அந்தத்துன்பம் தோன்றக் காரணம் இருக்கிறது, அந்தத் துன்பத்தை நீக்க வழி இருக்கிறது, அதை நீக்கினால் துன்பத்தில் இருந்து மக்கள் விடுதலை பெறுவார்கள் என்று கூறினார் புத்தர்.

இங்கே துன்பம் என்று புத்தர் எதைச் சொன்னார் என்பது முக்கியமான கேள்வி.

மக்களிடம் **துன்பம்** இருக்கிறது இது புத்தர் சொன்னது.

இப்பொழுது துன்பம் என்ற சொல்லை மட்டும் எடுத்துவிட்டு, அந்த இடத்தில் வர்ணம் என்ற சொல்லைப் போடுவோம்.

மக்களிடம் **வர்ணம்** இருக்கிறது

வர்ணம் என்ற சொல்லை எடுத்து விட்டு சாதி என்ற சொல்லைப் போடுவோம்.

மக்களிடம் **சாதி** இருக்கிறது.

சாதி என்ற சொல்லை எடுத்துவிட்டு வர்க்கம் என்ற சொல்லைப் போடுவோம்.

மக்களிடம் **வர்க்கம்** இருக்கிறது.

வர்க்கம் என்ற சொல்லை எடுத்துவிட்டுச் சுரண்டல் என்ற சொல்லைப் போடுவோம்.

மக்களிடம் **சுரண்டல்** இருக்கிறது.

சுரண்டல் என்ற சொல்லை எடுத்துவிட்டு மதம் என்ற சொல்லைப் போடுவோம்.

மக்களிடம் **மதம்** இருக்கிறது.

துன்பம் என்ற ஒரு சொல்லுக்குள் எத்தனை பொருள்கள் பொதிந்துள்ளன என்பதை புத்தரின் பார்வையில் பார்த்தால் மட்டுமே அறிய முடியும்.

ஆரியர்களின் முதல் நூலான ரிக்வேதம், திராவிடர்களைச் சத்திரியர், வைசியர், சூத்திரர் என்று வர்ணங்களால் பிரித்துப் போட்டது.

இந்த வர்ணங்களின் படிநிலையில் ஆரியர்கள் மிக உயர்ந்தவர்கள், சத்திரியர், வைசியர், சூத்திரர் ஆகியோர் தாழ்ந்தவர்கள் என்று சமத்துவமற்ற ஓர் அடிமைச் சமூகத்தை உருவாக்கிவிட்டது. அதனால் வர்ணம் மக்களின் துன்பம் என்றார் புத்தர்.

வர்ணத்தின் வளர்ச்சிப் பிரிவுகளால் சாதிகள் தோன்றின. கீழ்ச் சாதி, மேல் சாதி என்றும், தீண்டாமை என்றும் சாதியம் ஒரு சாதிய அடிமைமுறையை உருவாக்கிவிட்டது. அதனால் சாதி மக்களின் துன்பம் என்றார் புத்தர்.

உடைமையில்லா மக்கள் உழைக்கும் வர்க்கம். பிறர் உழைப்பில் வாழும் உடைமையாளர்கள் உழைக்கா வர்க்கம். பாட்டாளி வர்க்கம், முதலாளி வர்க்கம் இவை இரண்டும் இந்தியாவில் சாதியத்துக்குள் அடங்கிக்கிடக்கின்றன. அதனால் வர்க்கம் மக்களின் துன்பம், சுரண்டல் மக்களின் துன்பம் என்றார் புத்தர்.

ஆரிய மதம் ஒழுக்கக் கேடானது, மக்களின் சமத்துவத்துக்கு எதிரானது, அடிமைத்தனத்தை உருவாக்கும் நிறுவனமே மதம் என்பதால்தான் மதம் மக்களின் துன்பம் என்றார் புத்தர்.

இவையல்லாமல், புத்தரின் காலத்தில் வடகிழக்கு இந்தியாவில் இனக்குழுக்கள் கொடூரமாக அழிக்கப்பட்டன. அங்கே மக்கள் வதைபட்டு மாண்டார்கள். கொடுமையான அடக்குமுறைகள் காணப்பட்டன. ஆட்சியாளர்களின் பேராசை, வெறித்தனமான காம இச்சை, பொதுச்சொத்துக்களைச் சூறையாடுதல், மக்கள் மீது வரிமேல் வரிகள் விதித்தல், ஊதாரித்தனமான வாழ்க்கையை வாழ்தல், அடிமைப்படுத்துதல் என்பன போன்ற ஆட்சியாளர்கள் மற்றும் அரசர்களின் பேராசைச் செயல்களால் மக்கள் அடைந்த துன்பங்களையும் புத்தர் பார்த்தார்.

மக்கள் அடையும் இந்தத் துன்பங்களுக்கெல்லாம் எது காரணம்? எது மூலம்?

வர்ண பேதத்தை ரிக்வேத நூலின் மூலம் உருவாக்கியவர்கள் ஆரியர்கள்.

சாதியத்தை உருவாக்கியவர்கள், ஆரியர்கள்.

மதத்தை உருவாக்கியவர்கள் ஆரியர்கள்.

வர்ணம், சாதி, வர்க்கம், சுரண்டல், மதம் ஆகியவை மக்களின் வாழ்வியலைத் துன்பமயமாக ஆக்கியது. அரசர்களையும், ஆட்சிகளையும் தம் கைப்பாவையாக மாற்றி, மக்களை வாட்டி வதைத்தது ஆரியம். ஆரியத்தின் கூறுகள் மக்களைத் துன்பத்தில் ஆழ்த்தின.

ஆரியம் மக்களுக்குத் துன்பமாகும்.

ஆரியக் கருத்தியல் அதன் தோற்றமாகும்.

ஆரிய எதிர்ப்பு துன்பம் நீங்க வழியாகும்.

ஆரியம் வீழ்ந்தால் துன்பம் வீழும்.

இதுவே சமத்துவத்திற்கான வழி! காசிப் பேருரையின் நான்கு உண்மைகள் குறித்த புத்தரின் இந்த முழக்கம், ஆரிய திராவிடப் போரின் தொடக்கம்தான் பவுத்தம் என்பதைத் தெளிவாகக் காட்டிவிட்டது!

07

பிளவுபட்டது பவுத்தம்

மூலபவுத்தம் ஒன்றுதான் என்றாலும், பிந்தைய காலங்களில் பிரிவுகள் பல தோன்றிவிட்டன. பவுத்தம் என்று பேசுவதை விடுத்து, பவுத்தங்கள் குறித்துப் பேசுவது பயன் மிகுத்துத் தரும்.

அதற்குப் புத்தர் காலத்துக்குப் பிந்தைய கால பவுத்த வரலாற்றையும், புத்தரின் சமகால பவுத்த வரலாற்றையும் ஒப்புநோக்கிப் பார்க்க வேண்டுவது அவசியம்.

புத்தர் 80 ஆண்டுகள் வாழ்ந்தார். கி.மு.563ஆம் ஆண்டு பிறந்த அவர், கி.மு.483ஆம் ஆண்டு மறைந்தார். புத்தரின் மரணத்தைப் பரிநிர்வாணம் (பரிநிப்பான்) என்பார்கள் பவுத்தர்கள். புத்தர் மரணமடைந்த செய்தியைக் கேள்விப்பட்ட சுபக்தர் என்ற பவுத்தத் துறவி மகிழ்ச்சியில் துள்ளிக் குதித்தார்.

''அவர் (புத்தர்) இறந்துவிட்டார் என்று யாரும் கவலைப்படாதீர்கள். அவரிடம் இருந்து நாம் விடுதலை அடைந்துவிட்டோம். இது சரியான வழி, இது தவறான வழி என்று நமக்குத் தொல்லை கொடுத்தவர் அவர். இப்பொழுது நாம் எதை விரும்புகிறோமோ அதைத் தடையில்லாமல் செய்யலாம். அவர் இறந்தது நன்மையே. அதற்காக ஏன் அழவேண்டும்? ஏன் புலம்ப வேண்டும்? அவர் இறந்தது மகிழ்ச்சிக்கு உரிய செய்தி அல்லவா?'' என்று சுபக்தர் கூச்சலிட்டு, மகிழ்ச்சி ஆரவாரமிட்டார்.

இதனை அருகில் இருந்து பார்த்துக் கொண்டிருந்த துறவி மகாகாசிபர், பின்னர் துறவிகளான ஆனந்தர், உபாலி ஆகியோருடன் பேசினார்.

மகாகாசிபர்

புத்தருக்கு எதிராக ஒரு பவுத்தத் துறவியே இப்படிப் பேசுகிறார் என்றால், அது பவுத்தத்துக்கு எதிராக விழுந்த முதல் வித்து என்று இவர்கள் கருதினார்கள்.

எனவே, புத்தரின் முதன்மைத் துறவிகளான மகாகாசிபர், ஆனந்தர், உபாலி ஆகிய மூவரும் பவுத்தப் பேரவையைக் கூட்ட முடிவெடுத்தார்கள்.

புத்தரின் மறைவுக்கு எட்டு ஆண்டுகளுக்கு முன்னர் மகதப் பேரரசனாக முடிசூட்டிக் கொண்ட மன்னன் அஜாதசத்ருவின் உதவியுடன், தலைநகர் ராஜகிருகத்துக்கு அருகில், சதபானி மலைக்குகையின் வாயிலுக்கு அருகில் முதல் பவுத்தப் பேரவை கூடியது.

இந்த முதலாம் பேரவையில் புத்தரின் அனைத்து கோட்பாடுகளையும் வினயபிடகம், சுத்தபிடகம், அபிதம்ம பிடகம் என்று மூன்று பிரிவுகளாகத் தொகுத்து ஒழுங்குபடுத்தினார்கள். இதுவே திரிபிடகம் என்று அழைக்கப்படுகிறது. பிடகம் என்றால் பிரிவு என்று பொருள்.

முதலாம் பேரவையில் தொகுக்கப்பட்ட இந்தத் திரிபிடகம் எழுத்து வடிவில் தொகுக்கப்படவில்லை என்பது முக்கிய செய்தி.

இதைத் தொடர்ந்து அடுத்த 100 ஆண்டுகளில் இரண்டாம் பவுத்தப் பேரவை வைசாலியில் கூட்டப்பட்டது.

மகாவம்சம் தரும் தகவலின் அடிப்படையில் மன்னன் காலசோகனின் 10ஆம் ஆட்சியாண்டில், தட்சசீலத்தைச் சேர்ந்த பவுத்தத் துறவி ரேவதர் தலைமையில் சபகாமி, சால்கா, குஜ்ஜசோபித, யச, சம்புத்தசானவாசிக ஆகிய ஐந்து துறவிகள் இந்தப்பேரவையில் முக்கியபங்கு வகித்துள்ளனர்.

இந்த இரண்டாம் பவுத்தப் பேரவையில், வைசாலியைச் சேர்ந்த வஜ்ஜியத் துறவிகள் ஒரு பிரச்னையை எழுப்பினார்கள். அதாவது, புத்தரால் உருவாக்கப்பட்ட, துறவிகளுக்கான விதிமுறைகளைச் சொல்லும் வினய பிடகத்தைத் திருத்தி, மாற்றவேண்டும் என்பது வஜ்ஜியர்களின் கோரிக்கை. அவர்கள் முன்வைத்த பத்துத் திருத்தங்கள் வருமாறு:

1. உணவுக்காக உப்பு சேகரித்து வைக்கக்கூடாது என்பது விதி. அதை மாற்றி, உப்பைச் சேகரித்து வைத்துக்கொள்ள விதியைத் திருத்த வேண்டும்.

2. பகலில் உரிய நேரத்துக்குப் பின்னர் உணவு உண்ணக்கூடாது என்ற விதியை மாற்றி, "உண்ணலாம்" என்று திருத்த வேண்டும்.

3. உணவு உண்ட பிறகு, மக்கள் அழைத்தாலும் ஊருக்குள் சென்று உண்ணக்கூடாது என்ற விதியை மாற்றி, உண்ணலாம் என்று திருத்த வேண்டும்.

4. 'உபோசத' போன்ற முக்கிய நாள்களில் துறவிகள், ஒன்றாகக் கூடி விருந்து உண்ணவேண்டும் என்ற விதியை மாற்றி, "தனித்தனியாகப்போய் உண்ணலாம்" என்று திருத்த வேண்டும்.

5. பெரும்பான்மைத் துறவிகள் இல்லாமல் சங்கக்கூட்டம் நடத்தக் கூடாது என்ற விதியை மாற்றி, "நடத்தலாம்" என்று திருத்த வேண்டும்.

6. புத்தர் சொன்ன சங்க விதிகளை, நடைமுறைகளை ஏற்றுக்கொள்ள வேண்டும் என்ற விதியை மாற்றி, "ஏற்காமலும் இருக்கலாம்" என்று திருத்த வேண்டும்.

7. உணவுக்குப் பின் கடையாத பால் அருந்தக்கூடாது என்ற விதியை மாற்றி, "அருந்தலாம்" என்று திருத்தவேண்டும்.

8. புளிக்காத கள் அருந்தலாம் என்ற விதியை மாற்றிப் புளித்த கள்ளும் அருந்தலாம் என்று திருத்தவேண்டும்.

9. துறவிகளுக்கான இருக்கை, படுக்கைகளையே பயன்படுத்த வேண்டும் என்ற விதியை மாற்றி, ''அனைத்தையும் பயன்படுத்தலாம்'' என்று திருத்தவேண்டும்.

10. தங்கம், வெள்ளி போன்ற உயரிய பொருள்களை நன்கொடையாகப் பெறக்கூடாது என்ற விதியை மாற்றி, ''பெற்றுக்கொள்ளலாம்'' என்று திருத்தவேண்டும்.

இந்தப் பத்து திருத்தங்கள் குறித்து இரண்டாம் பேரவை கடுமையாக விவாதித்தது. இவற்றுள் 8ஆவதாக வரும் கள் அருந்துவது குறித்த விதி கவனிக்கப்பட வேண்டிய ஒன்று. இதைப்பற்றி பின்னர் பேசுவோம்.

இறுதியில் பேரவைத் தலைவர், துறவி ரேவதர் அறிவித்தார். ''இந்தப் பத்துத் திருத்தங்களும் புத்தருக்கும், பவுத்தத்துக்கும் எதிரானது. ஆகவே திருத்தங்களை ஏற்றுக்கொள்ள முடியாது.''

உடனே வஜ்ஜியத் துறவிகள் பேரவையை விட்டு வெளியேறி, அவர்கள் ஒரு தனிப்பிரிவாகச் செயல்படத் தொடங்கினார்கள்.

முதன்முதலாகப் பவுத்தம் இரண்டாக உடைந்து பிளவுபட்டது, வைசாலியில்.

புத்தரின் மூலபவுத்தம் 'ஸ்தவிரதம்' என்றும், பிளவுபட்டுப் பிரிந்த பவுத்தம் 'மகாசாங்கியம்' என்றும் அழைக்கப் பட்டன.

இதைத் தொடர்ந்து அடுத்த 400 ஆண்டுகளில் பவுத்தம் 108 பிரிவுகளாகப் பிரிந்தன என்று சில பவுத்த ஆய்வாளர்கள் கூறுகிறார்கள். இந்த 108 பிரிவுகள் குறித்துச் சரியான தகவல்கள் இல்லை. மாறாக 18 பவுத்தப் பிரிவுகள் பற்றிய செய்திகள் இருக்கின்றன.

1. ஸ்தவரதம்
2. மஹிசாசக்
3. விரிஜிபுத்ரக்
4. தர்மோத்தரி
5. பத்ரயாளிக்

திருத்தி, புதுக் கதைகளைச் சொல்லத் தொடங்கினார்கள், ஏறத்தாழ ஆரியப் புராணங்களைப் போல.

மகாயானர்கள் வரலாற்றுப் புத்தரின் உண்மை வரலாறை மறைப்பதற்காகப் பல புத்தாவதாரங்களை உருவாக்கினார்கள். நம்முடைய வரலாற்றுப் புத்தருக்கு முன்னர் பல புத்தர்கள் பிறந்ததாகவும், அவருக்குப் பின்னர் பல புத்தர்கள் பிறக்கப் போவதாகவும், அவர்கள் இருக்கும் திசைகளையும் கூட அள்ளிவிட்டார்கள் கதைகதையாக. அதற்கான எந்த ஒரு சான்றையும் அவர்கள் தரவில்லை என்பது கவனிக்கத்தக்க செய்தி.

கி.பி.6ஆம் நூற்றாண்டில் இலங்கையில் வாழ்ந்த மகாநாம(ன்) என்பவரால் எழுதப்பட்ட நூல் மகாவம்ச(ம்). இந்த நூல் பாலி மொழியில் இருந்து டோனர் என்பவரால் முதன்முதலில் ஆங்கிலத்தில் மொழிபெயர்க்கப்பட்டு, 1837ஆம் ஆண்டு வெளியிடப்பட்டது. பின்னர் அந்த நூலை பேராசிரியர் ரைஸ் டேவிட்ஸ் 1912ல் செப்பம் செய்து வெளியிட்டார்.

இந்நூலின் பல பகுதிகளை வின்சன்ட் ஏ. ஸ்மித் நிராகரித்துள்ளார். இந்த நூலைச் சிங்களர் கதை என்று தன் மொழிபெயர்ப்பு நூலில் சொல்கிறார் எழுத்தாளர் எஸ்.பொ என்கிற எஸ். பொன்னுத்துரை. சுருக்கமாகச் சொன்னால், இந்நூல் ஒரு பவுத்தப் புராணம். இந்த நூலில்தான் புத்தரின் பல்வேறு பிறப்புகளை நாம் பார்க்கிறோம்.

1. சம்புத்த
2. கொண்டஞ்ஞ
3. ஞானிமங்கள
4. சுமண
5. புத்தரேவத
6. சோபித
7. சம்புத்த அனோமதசி
8. பதும
9. விஜயநாரத
10. சம்புத்த பதுமுத்தர
11. ததாகத சுமேத

12. சுஜாத
13. பிரியதசி
14. அத்ததசி
15. தம்மதசி
16. சித்தார்த்த
17. தீஸ
18. விஜயபுஸ்ஸ
19. விபாசி
20. சம்புத்த ஸிக்ஹி
21. சம்புத்த வேசபு
22. சம்புத்த ககுசந்த
23. கோணாகமன
24. காஸப்ப

மேற்கண்ட 24 புத்தர்களும், நம்முடைய கவுதம புத்தருக்கு முன்னால் பிறந்த புத்தாவதாரங்கள். இவர்களுக்குப் பின் இறுதியாக (அவதாரம் எடுத்து)ப் பிறந்தவர்தான் கவுதம புத்தர் என்கிறது மகாவம்சம்.

1910ஆம் ஆண்டு வெளியிடப்பட்ட அபிதான சிந்தாமணி நூலானது தண்ணாகரர், சரணங்கரர், தீபங்கரர், சுமங்களர் என்ற இவர்கள் நான்கு பேரையும் கூடுதல் புத்தாவதாரங்களாகச் சொல்கிறது.

'பத்மசாம்பவ' என்ற புத்தர் இந்தியாவில் இருந்து திபெத்துக்குச் சென்றுள்ளார். கிழக்கு திசையில் 'ஆக்சோபய' புத்தர், மேற்கில் 'அபிதாப புத்தர்', வடக்கில் 'அமோகசித்தி புத்தர்', தெற்கில் 'ரத்னசாம்பவ புத்தர்' என்று நான்கு திசைகளிலும் இந்த நான்கு புத்தர்கள் ஆட்சி செய்து கொண்டிருக்கிறார்கள்.

'பைசாஜ்யகுரு புத்தரின்' ஆளுமையில், கிழக்கு மண்டலம் முழுவதும் இருக்கிறது. பில்லி, சூனியம், பிசாசுகளை அடக்குவதற்காகக் 'குகாய் புத்தர்' இந்தியாவில் இருந்து ஜப்பான் சென்றுள்ளார்.

திரிபிடகத்தில் ஒன்றான புத்தவம்ச நூலில் துஷிதலோகத்தில் இருக்கும் 'மைத்ரிய புத்தர்' மீண்டும் பிறப்பதற்குக் காத்திருக்கிறார் என்கிறது. மகாவதன என்ற பவுத்த நூல், இன்னும் சில பல புத்தர்களைச் சொல்கிறது.

மகாராஜிகலோகம், திரியத்திரிம்சத்லோகம், யமலோகம், துஷிதலோகம், நிருமாணரிதிலோகம், பரநிருமிவதசவிருத்திலோகம்

ஆகிய ஆறு தெய்வலோகங்களில், துஷிதலோகத்தில் இருந்து 1616 ஆண்டுகளில் 'பிரபாபாலன்' என்ற ஒரு புத்தர் பிறக்கப் போவதாக மணிமேகலை சொல்கிறது. இதில் சொன்ன 1616ஆம் ஆண்டு குறித்து ஒன்றும் விளங்கவில்லை என்கிறார் உரையாசிரியர் ந.மு.வேங்கடசாமி நாட்டார்.

இனிமேல் அவதரிக்கப் போகும் புத்தரை 'ஆழ்வாரான புத்தர்' என்கிறார் தக்கையாப்பரணி உரையாசிரியர் சதுராணனன். நீலகேசியின் உரையாசிரியர் புத்தத் துறவியை 'தாது ஆழ்வார்', 'தாடை ஆழ்வார்' என்கிறார்.

வைணவ சமயக் குரவர்கள் ஆழ்வார்கள். கி.பி.825க்குப் பிறகு இவர்கள் ஆச்சாரியார்கள் என்று அழைக்கப்பட்டார்கள். இவர்களின் கடவுள் விஷ்ணு. விஷ்ணுவின் பத்து அவதாரங்களில் ஒன்பதாவது அவதாரமாகப் புத்தரைக் கொண்டுபோய் வைத்துப் புத்தரை விஷ்ணுவின் அவதாரமாக்கிவிட்டார்கள்.

கி.பி.6ஆம் நூற்றாண்டுக்குப் பின்னர் எழுதப்பட்ட மச்சபுராண ஸ்லோகம் இது:

''மத்சய குர்மோ வராஹஸ்க நரசிம்ஹோ த வாமஹ''!

ராமோ ரமசோ கிருஸ்னங்கா''புத்தா'' கல்கி இதிகா க்ரம்திஹ்!

1. மச்சாவதாரம்
2. கூர்மாவதாரம்
3. வராகவதாரம்
4. நரசிம்மவதாரம்
5. வாமணவதாரம்
6. ராமாவதாரம்
7. பலராமவதாரம்
8. கிருஷ்ணாவதாரம்
9. புத்தாவதாரம்
10. கல்கி அவதாரம்

இவை மேலே கண்ட மச்சாவதார ஸ்லோகத்தில் சொல்லப்பட்டுள்ள 10 அவதாரங்கள். அதாவது, விஷ்ணுவின் 10 அவதாரங்கள். இதில் 9ஆம் அவதாரமாக வைக்கப்பட்டு இருக்கிறார் புத்தர், புத்தாவதாரமாக.

இப்பொழுது ஒரு கேள்வி எழுகிறது. ஆரியர்கள் பெரிதும் பேசப்படும் 'பரசுராமன்' அவதாரம் இந்த ஸ்லோகத்தில் எங்கே காணோம்? ஏன் இடம் பெறவில்லை? விடை மிக மிக எளிது.

பரசுராமன் அவதாரமாக இருந்த இடத்தில் இருந்து, அவனைத் தூக்கிவீசிவிட்டு, சத்தம் போடாமல் புத்தரை வைத்துப் புத்தாவதாரம் என்று சொல்லிப் புத்தரைக் கடவுளாக்கிவிட்டார்கள். புத்தரை அந்த இடத்தில் இருந்து நீக்கிவிட்டால், அந்த இடம் பரசுராமனுக்குச் சொந்தமாகிவிடும்.

கி.மு.6ஆம் நூற்றாண்டில் பிறந்த ஒரு பகுத்தறிவுவாதியான சூத்திரத் தலைவர் புத்தரையும் அவரின் பவுதத்தையும் எதிர்த்து வெற்றி பெற முடியாத ஆரியர்கள், 1200 ஆண்டுகளில் புத்தரை வைணவக் கடவுளான விஷ்ணுவின் அவதாரமாக்கிப் புத்தரைக் கடவுளாக்கிவிட்டார்கள்.

இதற்கு வித்திட்டவர் நாகர்ஜுனர், வித்திட்டு வளர்த்தது மகாயானப் பவுத்தப் பிரிவு. புத்தரைப் புத்தபகவான் என்றார் நாகர்ஜுனர். கடவுளுக்கு நிகராகப் போதி சத்துவர் என்றார்.

இறுதி முடிவான சத்தியம் பரிபூரணமாகும். அது இருக்கிறது என்று மட்டுமே சொல்லமுடியும். ஆனால் அது இல்லை, அதாவது சூன்யமானது. அது அறிவுக்கு எட்டாதது. எந்த மொழியாலும் விவரிக்க முடியாதது. சதையும் இரத்தமுமான உடல் இருப்பதாக ஊனக்கண்ணுக்குத் தெரியும். உண்மையில் அந்தத்தோற்றம் மாயை, சூன்யம். அதுதான் புத்தரின் ரூபகாயமான தோற்றம், அவரின் பூத உடல். இதுவே தர்மகாயம் அல்லது 'ததாதா' என்று மகாயானம் கூறுகிறது.

இந்த சூன்ய ததாதா என்ற பெயரைத்தான் 'ததாகர்' என்று புத்தரின் பெயராக மாற்றி, திரிபிடகத்தில் நுழைத்துவிட்டார்கள் மகாயானர்கள். ததாகர் என்றால் தெய்வீகம். புத்தர் தெய்வீகமானவர் என்பதே இதன்பொருள்.

''மகாயானம் புத்தரை ஒரு தெய்வமாக, இயற்கைக்கு அப்பாற்பட்ட ஒரு சக்தி உடையவராக மாற்றியது. அவரை வழிபடுவதன் மூலம் எல்லோரும் மோட்சத்தை அடைய முடியும் என்று கூறுகிறது. புத்தர் மறுத்த கடவுள், பவுத்தத்தைத் திருப்பித் தாக்கியுள்ளது. மகாயான பவுத்தம் மூடநம்பிக்கைகள் கொண்ட கழிவுப் பொருள்களுக்கு ஒரு வாகனமாக மாறிவிட்டது'' என்கிறார் தேவிப்பிரசாத் சட்டோபாத்தியாயா.

09 பஞ்சசீலம்... ஒரு கருத்தியல் போர்

காசிக்கு அருகில், சாரநாத்தில் புத்தர் தன் முதற்பேருரையை நிகழ்த்தியபோது கொலைசெய்யக்கூடாது, பொய் சொல்லக்கூடாது, திருடக்கூடாது, காமம் கொள்ளக்கூடாது, கள்அருந்தக் கூடாது என்ற ஐந்து ஒழுக்கங்கள் பற்றிப் பேசினார். இவற்றைப் பஞ்சீலம் என்று பவுத்தம் குறிப்பிடுகிறது.

உலக மக்கள் அனைவருக்குமே உரிய பொதுவான ஒழுக்க நெறிகள் இவை. ஆனாலும் பவுத்தம் இதற்கு கூடுதல் முன்னுரிமை கொடுத்துப் பேசுகிறது. பவுத்தத் துறவிகள் கடைப்பிடிக்கவேண்டிய ஒழுக்க நெறிகளுள் இந்தப்பஞ்சீலமும் அடக்கம் என்கின்றன பவுத்த நூல்கள்.

பஞ்சீலம் என்ற இந்த ஐந்து ஒழுக்கங்கள் துறவிகளுக்கு அல்லது ஒவ்வொரு மனிதனுக்கும் உரிய தனிமனித ஒழுக்கமா அல்லது சமூக ஒழுக்கமா என்ற ஐயம் இங்கே எழுகிறது.

புத்தர் தனிமனித ஒழுக்கத்தை விட, சமூக ஒழுக்கத்துக்கே முன்னுரிமை தருபவர். குறிப்பாக, சமூக ஒழுக்கம் என்பதை புத்தர் எப்படிப் பார்த்தார் என்பதையும் கவனத்தில் எடுக்கவேண்டும். அதைப் பஞ்சசீலம் என்ற புள்ளியில் இருந்து பார்ப்போம்.

பண்டைய இனக்குழு அமைப்பான சன்ஸ்தகார் அமைப்பை முன்மாதிரியாகக் கொண்டு, புத்தர் தன்(பவுத்த) சங்கத்தை அமைத்தார் என்பதை முன்னர் பார்த்தோம். புத்தர் சாக்கிய இனக்குழுச் சன்ஸ்தகார் அமைப்பின் உறுப்பினராக இருந்தவர். அந்த அமைப்பில் ஒருவர் உறுப்பினராகச் சேர வேண்டுமென்றால், அதற்கெனச் சில விதிமுறைகள் உண்டு. அவற்றில், கொலை, திருட்டு, பொய், காமம், கள் அருந்துவது ஆகிய ஐந்து தீய செயல்களைச் செய்யமாட்டேன் என்று உறுதிமொழி ஏற்பதும் ஒன்று.

சன்ஸ்தகார் சங்கத்தில் உறுதிமொழியாக இருந்த பஞ்சசீலம்தான், பவுத்த சங்கத்தில் துறவிகளின் ஒழுக்க விதியாக அமையப் பெற்றுள்ளது.

பவுத்த சங்கத்தில் துறவிகள் இரண்டு வகையாகப் பிரிக்கப்பட்டு இருக்கிறார்கள்.

20 வயதுக்குக் கீழே உள்ள இளம் துறவிகள் தொடக்கப் படிநிலையில் இருப்பார்கள். இவர்களுக்குச் சிரமணர் என்று பெயர். 20 வயதுக்கு மேல் இவர்கள் உபசம்பதா என்று அழைக்கப்படுவார்கள். இவர்களே ஒரு குறிப்பிட்ட காலத்துக்குப் பிறகு முறையாக துறவிகளாக ஏற்றுக்கொள்ளப்படுவார்கள்.

இதில் முதல்நிலை இளம் துறவிகளான சிரமணர்கள், சங்கத்தில் சேரும் போது, பத்து உறுதிமொழிகளை ஏற்கவேண்டும். அதில் முதல் ஐந்து உறுதி மொழிகள்தான் மேற்சொன்ன கொலை, பொய், களவு, காமம், கள் ஆகியவைகளை ஏற்கமாட்டேன் என்ற உறுதிமொழி ஏற்பு. இதுவே துறவிகளுக்கான சங்க விதியாகவும் மாறுகிறது.

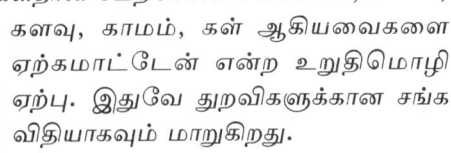

இது ஒருபுறம் இருக்க மறுபுறத்தில் பஞ்சசீலம் என்ற இந்த ஐந்து ஒழுக்கங்களைப் பவுத்தம் துறவிகளுக்கு எப்படி சொல்லித்தருகிறது என்பதும் கவனிக்கப்பட வேண்டிய ஒன்று.

பவுத்தத்தின் மூலநூல் திரிபிடகம். இதில் சுத்தபிடகம் என்ற பிரிவு 5 தொகுப்புகளாக இருக்கிறது. 4ஆம் தொகுப்பு அங்குத்ர நிகாயம் என்ற பெயரால் அமைந்துள்ளது. 2308 சுலோகங்களைக் கொண்ட 11 பகுதிகள் இதனுள் அடங்கும். இந்த நிகாயம் புத்தரை தெய்வமாகவே பெருமைப்படுத்திப் பேசுகிறது. இந்த அங்குத்ர நிகாயம் பஞ்சசீலத்தை இப்படித் துறவிகளுக்கு உபதேசம் செய்கிறது.

1. துறவிகளே! பிற உயிரை ஒருவன் கொன்றால், அவன் அடுத்த பிறவியில் விலங்கின் யோனியில் இருந்து பிறப்பான். நரகத்துக்குச் சென்று உழல்வான்.

2. துறவிகளே! திருடுவதை ஒருவன் மேற்கொள்வான் என்றால், அவன் இருள் சூழ்ந்த நரகத்துக்குப் போவான்.

3. துறவிகளே! காமத்தை ஒருவன் மேற்கொண்டால், அவன் நரகத்தில் மூழ்குவான்.

4. துறவிகளே! ஒருவன் பொய் பேசுவான் என்றால், அவன் மீளா நரகத்துக்குச் செல்வான்.

5. துறவிகளே! ஒருவன் கள் அருந்தினால் அவன் நரகத்துக்குச் செல்வான்.

இங்கே கவனிக்க வேண்டிய செய்தி, மறுபிறவி விலங்கின் யோனி (பிறப்புறுப்பு)யில் இருந்து மனிதன் பிறப்பு, நரகம், இருள் சூழ்ந்த நரகம், மீளா நரகம் ஆகிய சொற்கள் மிக இயல்பாகப் பயன்படுத்தப்பட்டுள்ளன.

விலங்கின் பிறப்புறுப்பில் இருந்து விலங்குதான் பிறக்கும். மனிதன் பிறக்க மாட்டான். விலங்கிடம் இருந்து மனிதன் பிறக்கும் ஆபாசக் கதைகளை ஆரியப் புராணங்களிலும், ஆரியவாதச் சிங்கள மகா வம்சத்திலும்தான் பார்க்கமுடியும்.

பொதுவாக மோட்சம், நரகம் என்ற இரண்டோடு கிருத்துவமும், இஸ்லாமும் முடித்துக்கொள்கின்றன. ஆனால் மூன்று

லோகம், ஈரேழு லோகம், இந்திர லோகம், நரகலோகம் என்று எண்ணிலடங்கா லோகங்களை ஆரிய மதம் கொஞ்சமும் கூச்சம் இல்லாமல் சொல்லிக்கொண்டு இருக்கிறது.

அந்த வகையில் நரகம், அதுவும் வெளிச்சமே இல்லாத இருட்டான நரகம், ஏதோ இந்திரலோகத்துக்குப் போனால் திரும்பி வந்துவிடுவோம், நரகத்துக்குப் போனால் மீண்டும் வரமுடியாது என்பது போல, மீளா நரகம் என்று அளந்துள்ள ஆரியவாதக் கருத்துகள் இங்கே பஞ்சசீல ஒழுக்கத்தைச் சொன்ன புத்தர் மீதும், அவரின் உயர்வான கருத்துகள் மீதும் நுழைக்கப்பட்டு இருப்பதைப் பார்க்கலாம். இதில் புத்தரே ஏற்றுக்கொள்ளாத மறுபிறவிப்படலம் வேறு.

புத்தர் ஒரு பகுத்தறிவாளர். சிறந்த நாத்திக.ர் மனித நேயத்தை மனித நேயத்தோடு பேசும் சமநீதிப் போராளி. அவர் ஒரு திராவிடர்.

பகுத்தறிவை ஏற்காத, நாத்திகத்தை ஏற்காத, மனித நேயத்தை ஏற்காத, சமநீதியை ஏற்காத, திராவிடருக்கு எதிரான ஆரியம், மகாயானம் என்ற ஆரிய பவுத்தமாக உருமாறி, புத்தரைச் சிதைத்து, அவரின் நேரிய கருத்துகளைப் புராண மூட்டைகளுக்குள் நுழைக்க முயற்சி செய்திருப்பதற்கு, அங்குத்தர நிகாயத்தின் பஞ்சசீல விளக்கம் சான்றாக அமைவதை இங்கே பார்க்கிறோம்.

ஐந்து ஒழுக்கங்களான பஞ்சசீலம் மனித வாழ்வின் ஓர் உயர்ந்த நெறியாக இருக்கும்போது, ஆரியம் மகாயானத்தின் மூலம் அந்த நெறியை விரிவுபடுத்தாமல் குறுகவைப்பதற்கு என்ன காரணம்?

இதற்கு விடைகான பஞ்சசீலம் குறித்துப் புத்தரின் பார்வை என்ன? எப்படிப் பார்த்தார், பார்த்திருப்பார் என்ற துணைக்கேள்விகளோடு புத்தரிடம்தான் போக வேண்டும்.

காசியில் புத்தர் பேசும்போது இப்படி பேசுகிறார். யாரும் துன்புறுத்தவோ, கொலை செய்யவோ கூடாது. திருடவோ பிறருக்கு உரியதைத் தனதாக்கிக் கொள்ளவோ கூடாது. காமவெறியில் ஈடுபடவோ, பொய் சொல்லவோ, போதையூட்டும் பானங்களை அருந்தவோ கூடாது.

தொடர்ந்து பேசும் புத்தர், இந்தக் கோட்பாடுகள் தனிமனிதனுக்கு நன்மையைத் தருமா அல்லது சமூகத்தின் நன்மையைப் பெருக்குமா என்றால் இரண்டிற்கும் இது பொருந்தும் என்றும் கூறுகிறார்.

இந்தச் சமூகத்தில் மக்கள் வீழ்ச்சியுள்ள (பதித்) அடிமைகளாக இருக்கிறார்கள். அவர்களில் ஒரு பகுதியினர் வீழ்ச்சியில் இருந்து மீள முயல்கிறார்கள். இன்னொரு பகுதியினர் தாம் வீழ்ந்து கிடப்பதன் காரணத்தை அறியாமல் இருக்கிறார்கள்.

அவர்களின் வீழ்ச்சிக்குக் காரணம் அறியாமை. அதற்காக அவர்களுடைய வீழ்ச்சியைப் பொருட்படுத்தாமல் இருக்க முடியாது என்கிறார் புத்தர்.

தனிமனிதனின் வீழ்ச்சி வேறு; ஓர் இனத்தின் வீழ்ச்சி வேறு! தனி மனித ஒழுக்கம் வேறு; சமூகத்தின் ஒழுக்கம் வேறு!

கொலை, திருட்டு, பொய், காமம், மது ஆகியவை தனிமனித ஒழுக்கம் என்ற அடிப்படையில் அவனை மட்டுமே சாரும். அது அவனுடைய செயல்பாட்டைப் பொறுத்தது.

அதுவே சமூகம், இனம் என்ற அடிப்படையில் வரும்போது, அது செயல் என்ற இடத்தையும் தாண்டி, கருத்து என்ற இடத்தில் வந்து நிற்கிறது.

நல்ல கருத்து மக்களை விழிப்படையச் செய்யும், எழுச்சி பெறச்செய்யும். அறியாமையைப் போக்கும். அது பகுத்தறிவு.

தீய கருத்து மக்களை விழிப்படையச் செய்யாது, எழுச்சி பெற விடாது, அறியாமையில் ஆழ்த்தும். அது மூடநம்பிக்கை.

பகுத்தறிவு என்பது நாத்திகம், மூடநம்பிக்கை என்பது ஆத்திகம்.

கொலை, திருட்டு, பொய், காமம், மது என்ற பஞ்சசீலம் கருத்தியல் அடிப்படையில் ஆத்திகத்தை எப்படி எதிர்கொள்ளப் போகிறது? எப்படி எதிர்கொள்ள வைக்கிறார் புத்தர்?

10 பஞ்சசீலம்: பொய்யும் திருட்டும்

புத்தர் பல செய்திகளை நேரடியாகப் பேசியிருக்கிறார். சில பல செய்திகளை மறைபொருளாக விட்டுவிடுகிறார். இதை அனுமானம் என்கிறார் டாக்டர் அம்பேத்கர்.

பொய், காமம், களவு, மது, கொலை என்ற ஐந்து தீய ஒழுக்கத்தைத் தவிர்க்கும்படி புத்தத் துறவிகளுக்குக் கட்டளையிடும் புத்தர், அதை இல்லத்தாருக்குக் கட்டாயமாக்கவில்லை. அவர்கள் விரும்பி ஏற்கலாம் என்கிறார்.

இந்த வேறுபாட்டுக்கான காரணத்தை அவர் சொல்லவில்லை. அது மறைபொருள். அனுமானத்துக்கு உரியது என்பது அம்பேத்கரின் கருத்து.

பஞ்சசீலத்தை மனிதர்களுக்குப் போதிப்பதால் மட்டுமே சமூகத்தில் நல்ல நெறிகளை உருவாக்கிவிட முடியாது. ஒரு

குறிக்கோளுடன் செயல்படும் சமூகத்தைப் (ஆரியம்) படம் பிடித்துக் காட்டவும், அதை மக்களுக்கு உணர்த்தவும், புத்தர் முயன்றுள்ளார் என்ற அம்பேத்கரின் சிந்தனை கருதத்தக்கது.

ஆரியர்கள் தங்களைப் படித்த மேதாவிகளாகவும், அறிவில் மேலானவர் களாகவும் கூறிக்கொள்கிறார்கள்''.

புத்தர் சொல்கிறார், ''அறிவின் பயன்பாடு ஒழுக்கத்தைப் பொறுத்தது. ஒழுக்கத்துக்குப் புறம்பான அறிவு பயனற்றது.

"புத்தர் கால ஆரிய சமுதாயத்தின் சமூக, சமய, ஆன்மீக ஒழுக்கம் பெரிதும் தரங்கெட்ட நிலைக்குத் தாழ்ந்து போய்க் கிடந்தது'' என்கிறார் அம்பேத்கர்.

உண்மைதான். உண்மைகளைப் பேசுவதைவிடப் பொய்களைப் பேசுவதில் ஆரியம் தரம் தாழ்ந்து போனது இன்றுவரை!

பஞ்சசீலத்தில் உள்ள பொய் பேசக்கூடாது என்பது குறித்து பவுத்தத்தின் பார்வை என்ன? ஆரியத்தின் வேலை என்ன?

முதலில் பவுத்தம்.

ஒரு கொடியவன் ஒரு பெண்ணை விரட்டிக்கொண்டு வருகிறான். அவன் நோக்கம் அந்தப்பெண்ணைப் பாலியல் வன்கொடுமைக்கு உள்ளாக்க வேண்டும் என்பது. ஒருவேளை அது கொலையிலும் கூட முடிந்துவிட வாய்ப்பு உண்டு.

அவனிடம் இருந்து தப்பித்து ஓடிவரும் பெண்ணை எதிரில் வந்த பவுத்தத் துறவி ஒருவர் தடுத்து நிறுத்துகிறார். ''ஏனம்மா இப்படி ஓடி வருகிறாய்?'' என்று துறவி கேட்கிறார்.

''ஐயா! அவன் என்னைக் கெடுக்க வருகிறான். என்னைக் காப்பாற்றுங்கள்'' என்று பதற்றத்துடன் சொல்கிறாள் அந்தப்பெண்.

துறவி அவளைப் பக்கத்தில் மறைவாக ஒளிந்திருக்கச் சொல்கிறார். அவளும் ஒளிந்து கொள்கிறாள். அந்தப் பெண்ணைத் துரத்திக் கொண்டு வந்த கொடியவன், துறவியைப் பார்த்துக் கேட்கிறான், ''இந்தப் பக்கம் ஒரு பெண் ஓடி வந்தாளே... பார்த்தீரா?''

''ஆமாம், பார்த்தேன்!''

''எங்கே அவள்?''

துறவி சொல்கிறார், "இதோ இந்தப் பக்கம்தான் வேகமாக ஓடுகிறாள். நீயும் வேகமாக ஓடினால் பிடித்து விடலாம்"

அவர் வேறொரு திசையைக் காட்டுகிறார். அந்தக் கொடியவனும் அந்த வழியில் ஓடுகிறான். பெண் காப்பற்றப்படுகிறாள்.

ஒரு பெண்ணை ஒரு கொடியவனிடம் இருந்து காப்பாற்றும் பொருட்டு இங்கே ஒரு பவுத்தத் துறவி பொய் பேசி இருக்கிறார். புத்தர் சொன்னார் என்பதற்காக இவர் உண்மையைப் பேசி, அந்தப் பெண்ணைக் காட்டிக் கொடுத்திருந்தால், அவள் சிதைந்து போயிருப்பாள்.

இங்கே ஒரு பவுத்தத் துறவி பொய் பேசி இருக்கிறார். இது சரியா, தவறா?

திருக்குறளில் அறத்துப்பாலில் துறவற இயலில், வாய்மை என்ற அதிகாரத்தில் பொய் பேசக்கூடாது என்பதை அழுத்தம் திருத்தமாகக் கூறும் திருவள்ளுவர், "பொய்ம்மையும், வாய்மையிடத்த புரைதீர்ந்த நன்மை பயக்குமெனின்", அதாவது பிறருக்குத் தீங்கு ஏற்படாமல் நன்மை செய்வதாக இருந்தால் பொய் பேசலாம். அந்தப் பொய் பொய்யாகாது, மாறாக வாய்மை(உண்மை) என்றே கருதப்படும் என்று ஒரு விதிவிலக்கு தருகிறார்.

இதுவே பவுத்தத்தின் நிலைப்பாடு. அதனால்தான் பவுத்தத் துறவிகள் பொய் பேசக்கூடாது என்று சொன்ன புத்தர், இல்லறத்து மக்கள் அதை (பஞ்சசீலம்) விரும்பி ஏற்கலாம் என்று விட்டு விட்டார்.

புத்தர் உலகியலையும் மக்களின் வாழ்வியலையும் புரிந்து கொண்டவர். மாறாக, பொய் சொல்பவன் மீள முடியாத நரகத்தில் சென்று உழல்வான்

என்ற அங்குத்தர நிகாயத்தின் விளக்கம் புத்தருக்கு ஏற்புடையதன்று. அது ஆரிய மகாயானத்தின் திணிப்பு வேலை, திரிப்பு வேலை.

பொய் பேசக் கூடாது, இதோ அரிச்சந்திர மகாராஜா பொய்யே பேசவில்லை என்று புராணப் பித்தலாட்டம் செய்யும் வேலையைத் தவிர, பொய் பேசக் கூடாது என்பதில் நேர்மையான உடன்பாடு ஆரியத்துக்கு இல்லை.

வேதங்கள் புனிதமானவை, குறைகள் அற்றவை என்பது பொய். இந்தப் பிரபஞ்சத்தை, உலகத்தை, மனிதர்களைக் கடவுள் படைத்தார் என்பது பொய். ஆன்மா உண்டு என்பது பொய். அது மறுபிறவி எடுக்கும் என்பது பொய். அப்படி மறுபிறவி எடுக்காமல் தப்பிக்க யாக வேள்வி, மதச்சடங்கு செய்ய வேண்டும், ஆரியனுக்குத் தானம் வழங்க வேண்டும் என்பது பொய்.

ஆரியன் பிறப்பால் உயர்ந்தவன் என்றது பொய். சூத்திரன் பிறப்பால் தாழ்ந்தவன் என்றது பொய். தீண்டாமை என்றது பொய். பெண்கள் ஆண்களின் அடிமைகள் என்றது பொய். பெண்களுக்குச் சமூக உரிமை இல்லை என்றது பொய். பேய், பிசாசு என்றது பொய். அவைகளை ஓட்ட மந்திரச் சடங்கு பொய். சகுணங்கள் பொய். பலாபலன்கள் பொய். சுபமுகூர்த்தம் பொய். அதற்கான கால நேரம் குறித்தல் பொய். திரிபிடகத்தின் 'பிரம்ம ஜல சுத்தா' சொல்கிறது, கவுதமர் (புத்தர்) இவற்றையெல்லாம் ஏற்றுக்கொள்ள மாட்டார்.

இந்தப் பொய்கள் தனிமனிதனுக்காக ஆரியம் சொன்ன பொய்கள் இல்லை. சமூகம் சார்ந்து, இனம் சார்ந்து, ஆரிய இனச் சமூகம் சார்ந்து அதன் நன்மை, வளர்ச்சி, ஆதிக்கம் சார்ந்து ஆரியத்தால் சொல்லப்பட்ட பொய்களே.

அதனால்தான் பஞ்சசீலம் குறித்துப் பேசும்போது, ''ஒரு குறிக்கோளுடன் செயல்படும் ஒரு சமூகத்தை (ஆரியம்) படம்பிடித்துக் காட்டவும், அதை மக்களுக்கு உணர்த்தவும் புத்தர் முயன்றுள்ளார்'' என்று அம்பேத்கர் தெளிவாகக் கூறி இருந்தார்.

ஆரியர்களின் இந்தப் பொய்கள் திராவிடர்களை, சூத்திரர்களை, சமூக நீதியில் பலவீனப்படுத்தவும், ஒடுக்கவும், சுரண்டவும், ஒடுக்கு முறையில் வைத்திருக்கவும் சொல்லப்பட்டவை.

பஞ்சசீலத்தில் பொய்சொல்லக் கூடாது என்று புத்தர் சொன்னதைத் தனிமனித ஒழுக்கத்தைவிட, சமூக ஒழுக்கமாகப் பெரிதும் கருத வேண்டும். புத்தரின் மறை பொருள் செய்தியில் இதுவும் ஒன்று. ஆனாலும் ஆரியப் பொய்களைப் புத்தர் உரிய இடங்களில் சுட்டிக்காட்டவும் தவற வில்லை.

ஒரு வகையில் ஆரியத்துக்கு எதிரான திராவிடப் பவுத்தத்தின் பண்பாட்டுப் போரில் இதுவும் அடங்கும்.

திருடக்கூடாது என்கிறார் புத்தர். இதுவும் ஐந்து ஒழுக்கங்களில் ஒன்று.

பண்டைய தமிழ் மரபில், 'ஆநிரை கவர்தல்' என்று ஒன்று உண்டு. ஒரு மன்னன் மற்றொரு மண்ணில் ஆநிரைகளை (கால்நடைகளை)க் கவர்ந்து சென்றுவிடுவான். கவர்தல் என்பது இங்கு களவு என்றே பொருள்படுகிறது. இது ஒரு வகையான திருட்டுதான். ஆனால், எதிரி மன்னன் உடனே களவு இடப்பட்ட ஆநிரைகளை மீட்டுக்கொண்டும் வந்து விடுவான். பண்டையத் தமிழ் மன்னர்களின் போர் நெறிகளில் இதுவும் ஒன்று என்பதைப் புறநானூற்றில் பார்க்கலாம்.

தலைவன், தலைவி இடையே காதல். பெற்றோர் இதனை விரும்பமாட்டார்கள். எனவே தலைவன், தலைவியை யாருக்கும் தெரியாமல் களவாடி அழைத்துச் செல்வான். இதை 'உடன்போக்கு' என்கிறது அகத்துறை.

முதலில் சொன்ன புறத்துறைக் களவு மன்னர்களின் வீரத்தைப் பறைசாற்றுகிறது. அதனால் தனிமனித ஒழுக்கமோ, சமூக ஒழுக்கமோ பாதிப்படையவில்லை. இரண்டாவது சொன்ன அகத்துறைக் களவு இரண்டு உள்ளங்களை இல்லறத்தில் இணைக்கிறது. இந்தக் களவாலும் எந்த பாதிப்பும் இல்லை.

புறநானூறு சொன்ன ஆநிரை திருட்டும், அகத்துறை சொன்ன காதல் திருட்டும் தமிழர்களின் வரலாறும், பண்பாடும் ஏற்றுக்கொண்ட திருட்டு. ஏற்றுக்கொண்ட களவு.

ஆரியத்தின் திருட்டு அப்படி அன்று. சூத்திரனின் பசுக்களை ஆரியர்கள் திருடிக் கொள்ளலாம். சூத்திரர்களின் வாரிசு இல்லாச் சொத்துகளை ஆரியர்கள் கவர்ந்து கொள்ளலாம் என்கிறது மனுஸ்மிருதி.

இந்தத் திருட்டு இனம் சார்ந்து, தனிமனிதர்கள் மீது நடத்தப்படும் வன்கொடுமைத் திருட்டு. வேறொரு திருட்டும் இருக்கிறது.

சிலப்பதிகாரத்தில் தமிழர்களுக்கே உரிய தமிழிசை, தமிழர்களின் நடனக்கலை, கூத்து. இவற்றைப் பற்றி விரிவாகச் சொல்லப்பட்டு இருக்கிறது. இன்று பரதக்கலை என்றும் அதை

பரதன் உருவாக்கினான் என்றும், கர்நாடக சங்கீதம் என்றும் சாஸ்திரிய சங்கீதம் என்றும் ஆரியம் சொந்தம் கொண்டாடிக் கொண்டிருக்கும் இவையெல்லாம் தமிழர் கலைகள் அல்லவா?

தமிழர்களின் கலையை ஆரியம் திருடிக்கொண்டுவிட்டது. சூத்திரர்களின் பசுக்களையும், செல்வங்களையும் திருடச் சொல்லி மனு சொல்வதும், திராவிடர்களின் கலை, பண்பாட்டுக் கூறுகளை ஆரியம் திருடுவதும் அநாகரிகமான கீழ்த்தரமான திருட்டு.

திருடக்கூடாது (பஞ்சசீலம்) என்று பவுத்தம் சொல்வதில் இதுவும் அடங்கும்.

11. பஞ்சசீலம்: ஆரியப் பண்பாட்டின் எதிர்ப்பு

பஞ்சசீலத்தில் பொய்சொல்லக்கூடாது, களவு செய்யக் கூடாது என்பவை குறித்துப் பார்த்தோம். எஞ்சி இருப்பது காமம் கொள்ளக் கூடாது, மது அருந்தக் கூடாது, கொல்லாமையைக் கடைப்பிடிக்க வேண்டும் ஆகியன. அவற்றை பவுத்தம் எப்படிப் பார்க்கிறது?

புத்தர் சொன்னார் காமம் கொள்ளக் கூடாது என்று. நுட்பமாகத்தான் அவர் சொல்லியிருக்கிறார்.

காமம் என்றால் என்ன? மனிதர்கள் உள்பட, அனைத்து உயிரினங்களுக்கும் உடல் சார்ந்த ஓர் உணர்வுதான் காமம்.

மனித வாழ்வில் காமமும் அன்பும் ஒன்றிணையும்போது அங்கே காதல் பிறக்கிறது. ஆணுக்கும் பெண்ணுக்கும் சம உரிமையை வழங்குவதுதான் காதல். அது இல்லறத்தில் நுழையும்போது, காமம் நெறிப்படுத்தப்படுகிறது. இல்லறத்தில் காமம் தவிர்க்க முடியாத ஒன்றாக நிலைபெற்று விடுகிறது.

புத்தரின் இல்லறத்தில், அன்புக்குத் துணைவி இயசோதையும், அவர்களின் காமத்துக்கு மகன் இராகுலனும் சான்றாக நிற்கிறார்கள். புத்தர் இதை அறியாதவர் அல்லர். அதனால்தான் இல்லறம் துறந்த பவுத்தத் துறவிகளுக்குக் காமத்தை விலக்கு என்று சொன்ன அவர், அந்த விதியை இல்லறத்தார் மீது திணிக்கவில்லை, தவிர்க்கவும் சொல்லவில்லை. இது தனிமனித வாழ்வியல் பார்வை.

இன்னொரு பார்வையும் இருக்கிறது. அது ஆரியத்துக்கு எதிரான சமூகம் அல்லது இனம் சார்ந்த பார்வை எனலாம்.

''ஆரியரின் இன்றைய வழித்தோன்றலுக்கு அன்றைய ஆரிய சமூகத்தில் இருந்த பாலியல் ஒழுக்கக்கேடுகள் அதிர்ச்சி அளிக்கக்கூடியதாகும்'' என்றார் டாக்டர் அம்பேத்கர்.

ஆரிய புராண மரபுப்படி பிரம்மா படைப்புக் கடவுள். பிரம்மாவுக்கு மூன்று மகன்கள், ஒரு மகள் இருந்தனர். அவர்களில் தட்சன் என்ற மகன், தன் உடன் பிறந்த சகோதரியை மணந்தான். இவர்களுக்குப் பிறந்த பெண்ணை, பிரம்மாவின் இன்னொரு மகன் மாரீசிக்குப் பிறந்த காசிபன் மணந்தான் என்கிறது மகாபாரதத்தின் ஆதிபருவம் பகுதி.

ரிக்வேதத்தில் வரும் அண்ணன் யமன், தங்கை யமி பற்றிய உடலுறவு செய்தியை ஹரிவம்சம் விவரிக்கிறது. அது அண்ணன் தங்கை காமக் கதை.

அதே ஹரிவம்சம், வசிட்டன், தன் பருவம் எய்திய மகள் சத்ரூபையையும், மனு தன் மகள் இளையையும், ஜானு தன் மகள் ஜானவியையும், சூரியன் தன் மகள் உஷையையும் மணந்ததாகச் சொல்கிறது. இது அப்பா - மகள் காமக் கதை.

தட்சன் தன் மகளை, தன் தந்தை பிரம்மனுக்கு மணம் முடித்தான் என்றும், தௌசித்திரன் தன் 27 மகள்களைத் தன் அப்பனுக்கு மணமுடித்தான் என்றும் ஹரிவம்சம் கூறுவதைக் கேட்கிறோம். இது தாத்தா - பேத்திகளின் காமக் கதை.

ஆரியர்கள் அசுவமேத யாகம் என்ற ஒரு யாகம் நடத்தினார்கள். அதில் குதிரை பலியிடப்படும். யார் குதிரையைப் பலி கொடுக்கிறானோ, அவனின் மனைவி, அந்தக் குதிரையுடன் உடலுறவு கொள்ள வேண்டும் என்பது ஒரு கேவலமான காமத்தின் அடையாளம்.

இன்றும் கூட சிவனுக்கும், விஷ்ணுவுக்கும் அதாவது இரண்டு ஆண்களின் காமத்தில் பிறந்தவன் ஐயப்பன் என்று சொல்லி, அவனையும் கடவுளாக்கியுள்ள கதையை அறிவோம்.

மக்களுக்கும் அவர்களின் வாழ்க்கைக்கும் எந்த வகையிலும் பயன்படாத காமக் கதைகளால் அறிவு மயங்கும், பேதைமை மேலோங்கும். கவைக்கு உதவாத இத்தகைய காம புராணக் கதைகளை கணக்கில் கொள்ளக்கூடாது, விலக்க வேண்டும் என்பதுதான் பவுத்தத்தின் உயர் பார்வை.

பஞ்சீலத்தின் அடுத்த செய்தி மது அருந்தக் கூடாது.

டாக்டர் அம்பேத்கர் சொல்வதைக் கேட்போம். "மது அருந்தும் பழக்கம் ஆரியரிடையே பெருவழக்காக இருந்தது. சோமபானம், சுராபானம் என மது இருவகைப்பட்டது. சோமபானம் யாகங்களுக்குப் பயன்பட்டது. சோமபானம் அருந்துவது ஆரம்பக் காலத்தில் பிராமணர், சத்திரியர், வைசியர் ஆகியோருக்கு மட்டுமே உரியது. பின்னர் அந்த உரிமை பிராமணர், சத்திரியர் ஆகியோருக்கு மட்டுமே என்றாயிற்று. வைசியர்கள் விலக்கப்பட்டனர். சூத்திரர் அனுமதிக்கப்படவில்லை.

சோமபானம் தயாரிக்கும் முறை பிராமணர்களுக்கு மட்டுமே தெரிந்த ரகசியமாகக் காப்பாற்றப்பட்டது. சுராபானம் பிராமணர் உள்பட அனைவரும் அருந்தினர். அசுரர்களின் குருவான சுக்கிராச் சாரியார் அளவுக்கு மீறி மது அருந்தி தன்னிலை மறந்து, தனக்கு

மட்டுமே தெரிந்த இறந்தோரை உயிர்ப்பிக்க வல்லதும், தேவர்களால் உயிரிழந்த அசுரர்களை உயிர்ப்பிக்கக் கூடியதுமான மந்திரத்தை தேவகுரு பிரகஸ்பதியின் மகன் கட்சனுக்குக் கற்றுக் கொடுத்தார். கிருஷ்ணனும், அருச்சுனனும் அளவுக்கு மீறி மது அருந்தியதை மகாபாரதம் குறிப்பிடுகிறது.''

அம்பேத்கர் சொன்ன இந்தச் செய்தியில் சோமபானம் தெய்வீகத்துடன் காட்டப் படுவதைக் கவனிக்கலாம். சோமபானம் வைசியருக்கும், சூத்திரருக்கும் விலக்கப்பட்டுள்ளது. வர்ணாசிரமம் இங்கேயும் தலை தூக்குவதைக் காணலாம்.

கௌசிதகி கிருஹ்ய சூத்திரம், ''விதவைகள் அல்லாத நான்கு அல்லது எட்டு (ஆரிய) ப்பெண்கள் திருமணத்துக்கு முதல்நாள் இரவு மதுவும் உணவும் அருந்திய களிப்புடன் நான்கு முறை நடனமாட வேண்டும்'' என்கிறது.

கி.பி. 7 மற்றும் 8ஆம் நூற்றாண்டுகளில், அகிசந்திரா, மதுரா ஆகிய நாடுகளில் வாழும் மக்களில், ஆரியப் பெண்கள் மது அருந்தும் பழக்கத்துக்கு அடிமையாகி இருப்பதைக் காண்கிறோம் என்று தந்திரவார்த்திக நூலில் குமரிலபட்டர் கூறுகிறார்.

மகாபாரதம் வனப்பருவத்தில் விராடனின் மனைவி சுதேசனை, தன் பணிப்பெண் மூலம் சைரந்திரியக் கீசகன் அரண்மனையில் இருந்து மதுவை வரவழைத்து அருந்தியதைப் பார்க்கிறோம். ஆரிய ஆண் பெண்களின் இந்தச் சமூக இழிவு மதுக்கலாசாரம், பின்னர் ஆரியர் அல்லாத திராவிடர்களையும் பற்றிக் கொள்கிறது.

அதனால்தான் பவுத்தம் மது அருந்துவதைத் தவிர்க்கும்படிக் கூறுகிறது. இதை ஆரிய கலாச்சாரத்துக்கு எதிரான பவுத்தத்தின் குரலாகப் பார்க்க முடிகிறது.

பஞ்சசீலத்தில் புத்தர், கொலை செய்யக்கூடாது என்றும் கூறியிருக்கிறார். இதைக் கொல்லாமை என்பார்கள். பிற உயிர்களைக் கொலை செய்யக்கூடாது என்று அவர் கூறியதை, உயிர்களைக்

கொன்று அதன் இறைச்சியைச் சாப்பிடக்கூடாது என்று புத்தர் சொன்னதாகக் கதை கட்டி விட்டார்கள். இறைச்சி சாப்பிடக்கூடாது என்று புத்தர் எங்கும் யாரிடமும் சொல்ல வில்லை. அதை அடுத்து வரும் அத்தியாயத்தில் பார்ப்போம்.

இங்கே புத்தரின் கொல்லாமையின் பொருள் அல்லது விளக்கம் என்ன?

ஆரியர்களின் கலாசாரத்தில் வேள்வி, யாகம் என்ற சடங்கு முதன்மை பெறுகிறது. வேள்வி நடத்தினால் தீமை அகன்று நன்மை பிறக்கும் என்பார்கள். ஆரியர்களின் வெற்றிக்கு அசுவமேத (குதிரை) யாகம் நடத்துவார்கள். இத்தகைய வேள்வியின் போது, மாடுகள், குதிரைகள், ஆடுகள் என்று வாய்பேசா உயிரினங்களைக் கணக்கில் அடங்காமல் உயிர்ப்பலி கொடுப்பார்கள்.

பவுத்த நூலான சுத்தநிபாதம் தரும் புள்ளிவிபரச் செய்தியின்படி, கோசல நாட்டு மன்னன் பசநேதி, ஆரியப் பூசாரிகளின் மூலம் நடத்திய வேள்வி யாகத்தின்போது, 500 எருதுகள், 500 காளைகள், 500 பசுக்கள், 500 செம்மறி ஆட்டுக் குட்டிகளை ஒரே நேரத்தில் கொலை செய்து பலி கொடுத்திருக்கிறான்.

அசுவமேத யாகத்தின்போதும் இதுபோன்றுதான் குதிரைகளைக் கொன்று வேள்வி நடத்தியிருக்கிறார்கள் ஆரியப் பூசாரிகள். இந்த மகாப் படுகொலை பாதகத்தை ஆரியம் செய்யக் காரணம் என்ன?

மேலுலகத்தின் பேரின்பத்தைப் பெறுவதற்காகவும், இந்த உலகத்தில் பல்வேறு பேறுகள் பெற்றுக் கொள்வதற்காகவும் இந்தப்பலிகள் தரப்படுவதாக ஆரியம் சொல்கிறது.

உண்மையில் இது ஒரு ஏமாற்று வேலை. சொல்லப்போனால், உடல் உழைப்பு இல்லாத புரோகிதக் கூட்டம், இந்தக் கொலை

யாகங்களை நடத்துவதன் மூலம் தங்கள் வாழ்வை வளப்படுத்திக் கொள்ள முற்பட்டு இருக்கிறார்கள்.

யாகங்கள் நடத்துவதே புரோகிதர்கள் பொருள் ஈட்டுவதற்கான ஒரே வழி. யாக வேள்வியின் போது, ஆடு, மாடுகள், தங்கம், உயர்ந்த ஆடைகள், தானியங்கள் போன்ற உணவுப் பொருள்களைத் தானம் என்ற பெயரில் கட்டணமாக வசூலித்தார்கள் புரோகிதர்கள்.

1000 பசுக்கள் பலி கொடுத்தால் அல்லது தானமாகக் கொடுத்தால் அவனுக்கு மோட்சம் கிடைக்கும் என்று கதையளந்தார்கள் ஆரியப் பூசாரிகள். இப்படிக் கூட்டம் கூட்டமாக, எந்த ஒரு பயனும் இல்லாமல் உயிர்களைக் கொன்று பலி கொடுப்பதைப் புத்தர் எதிர்த்தார். அதனால்தான் அவர் உயிர்களைக் கொல்லக் கூடாது என்று பஞ்சசீலத்தின் வழியாக அறிவுறுத்தினார்.

பொய், களவு, காமம், மது, கொலை ஆகியவற்றைத் தனி மனித நன்னெறிக்காகப் புத்தர் சொன்னாலும் கூட, அதில் அம்பேத்கர் சொன்னதுபோல, மறைபொருளாக அல்லது அனுமான அடிப்படையில் ஆரிய பண்பாட்டுக் கலாச்சாரத்துக்கு எதிராகவே புத்தரின் பவுத்தத்தின் பஞ்சசீலம் அமைந்து இருக்கிறது. ஆரியத்துக்கு எதிரான பவுத்தத்தின் போராட்டத்தில் இதுவும் அடங்கும்.

12. இறைச்சி, பவுத்தர்களின் உணவு

கொல்லாமை, துன்புறுத்தாமை போன்ற (அகிம்சை) கொள்கைகளைப் பெரிதும் வலியுறுத்துகிறது பவுத்தம்.

அப்படியானால், பவுத்தர்களை, பவுத்தத் துறவிகளை இறைச்சி உண்ண புத்தர் அனுமதித்தாரா அல்லது மறுத்தாரா?

கொல்லான் புலாலை மறுத்தான் - இந்த மூன்று சொற்களில், இரண்டு செய்திகளைத் தெளிவாகத் தருகிறார் திருவள்ளுவர்.

ஒன்று, உயிர்களைக் கொல்லாதவன். மற்றொன்று இறைச்சி உண்ணாதவன். உயிர்க்கொலை செய்யாத ஒருவன் இறைச்சி உண்ணலாம், உண்ணாமலும் இருக்கலாம்.

இந்த இரண்டையும் அகிம்சைப் போர்வையில் போட்டுக் குழப்பிக் கொள்ளக் கூடாது. இந்தப் பார்வையில்தான் பவுத்தத்தைப் பார்க்க வேண்டியிருக்கிறது.

பிரம்மஜல சுத்தா சொல்கிறது, ''புத்தர் வேகவைக்காத இறைச்சியை ஏற்கமாட்டார். மறுத்துவிடுவார்.''

யுவான்சுவாங் சொல்கிறார், ''தேரவாத (ஈனயான)ப் பிரிவைச் சேர்ந்த துறவிகள் மூன்று விதமான இறைச்சியை உண்ண அனுமதிக்கப் பட்டுள்ளார்கள்.''

''மீனும் இறைச்சியும் மூன்று வகையில் உண்பதற்குத் தகுதியானவை. தனக்காகக் கொல்லப்படுவதைப் பார்க்காமலும், கேள்விப் படாமலும், அதை அறியாமலும் இருந்தால் அந்த இறைச்சி உண்பதற்குத் தகுதியானவையாகும்'' என்கிறது வினய பிடகம்.

''பவுத்தத் துறவிகள் (இறைச்சி, மீன் அல்லாத) சைவ உணவு உண்பவர்கள் அல்லர்'' என்கிறார் அம்பேத்கர். ''இவ்வாறு சொல்வது பலரை வியப்படையச் செய்யலாம். அகிம்சைக்கும் பவுத்தத்துக்கும் இடையே உள்ள தொடர்பு பிரிக்க முடியாதது. அடிப்படையானது, இன்றியமையாதது என்று மக்களிடையே நிலவும் ஆழமான நம்பிக்கையே இதற்குக் காரணம்.

பவுத்தத் துறவிகள் இறைச்சி உணவைத் தொடுவதில்லை, அதனை அவர்கள் தவிர்த்து வந்தார்கள் என்று பொதுவாகக் கருதப்பட்டு வந்தது. இது தவறாகும். பவுத்தத் துறவிகள் மூன்று வகையான இறைச்சியை உண்பதற்கு அனுமதிக்கப்பட்டார்கள்'' என்று விளக்குகிறார் அவர்.

யுவான்சுவாங், அம்பேத்கர், வினயபிடகம் மூவரும் ஒரே குரலில் சொல்வது என்னவென்றால், மூன்று வகையான அனுமதிக்கப்பட்ட இறைச்சி உண்பதற்குரியன. அது என்ன மூன்று வகையான இறைச்சி?

1. ஒரு பவுத்தத் துறவி தான் உண்ணும் இறைச்சிக்கு உரிய விலங்கு கொல்லப்படுவதை நேரில் பார்க்காமல் இருக்க வேண்டும்.
2. அந்த இறைச்சிக்கு உரிய விலங்கு தனக்காகத்தான் கொல்லப்பட்டது என்பதைக் கேள்விப்படாமல் இருக்க வேண்டும்.

3. அந்த இறைச்சிக்கு உரிய விலங்கு தனக்காகத்தான் கொல்லப்பட்டிருக்குமோ என்ற ஐயம் இல்லாமல், அதாவது அறியாமல் இருக்கவேண்டும்.

இந்த மூன்று வகைப்பட்ட இறைச்சி பவுத்தத் துறவிகளுக்கு அனுமதிக்கப்பட்ட உணவு என்கிறது பவுத்தம். இருந்தாலும் அனுமதிக்கப்பட்ட மூன்று வகை இறைச்சி என்பதில் ஏதோவொரு நெருடல் இருப்பது தெரிகிறது.

ஓர் இறைச்சிக் கடையில் இருக்கும் விற்பனைக்கான இறைச்சி, எந்த ஒரு தனிமனிதனின் உணவுக்கான இறைச்சி என்று சொல்லிவிட முடியாது.

ஒரு குடும்பத்தில் இருக்கும் நான்கு பேருக்காக ஒரு கோழி கொல்லப்பட்டது என்றால், அந்த இறைச்சி அந்தக்குடும்பத்தின் தலைவ னுக்காகக் கொல்லப்பட்டது அல்லது தலைவிக்காகக் கொல்லப்பட்டது என்று கருதமுடியாது. அது பொதுவாகக் கொல்லப்பட்ட இறைச்சி.

தவிர, உணவுக்கான இறைச்சிக்குரிய விலங்கை, உண்பவர்கள் முன்னிலையில் அவர்கள் பார்க்கக் கொல்லப்படுவதும் இல்லை.

காணாமை, கேள்விப்படாமை, அறியாமை என்ற மூன்றும் இங்கே ஒரே தன்மையைக் குறிக்கும் முன்று சொற்கள். இதை ஒரு பெரிய சித்தாந்தம் என்று சொல்லமுடியாது.

ஆகவே அனுமதிக்கப்பட்ட மூன்று வகை உணவு என்பது ஆரிய மகாயானத்தின் திருகு வேலையாகத்தான் இருக்கமுடியுமே ஒழிய, பவுத்தத்தில் இறைச்சி உண்பது அனுமதிக்கப்பட்டிருந்தது என்பதுதான் வரலாற்று உண்மை.

புத்தர் தம் 80ஆம் வயதில் மல்லர் என்ற இனக்குழுவினர் வாழும் பாவா என்ற இடத்துக்கு வருகிறார். பாவாவில் சுந்தா என்ற ஒரு கொல்லர் புத்தரை வரவேற்று, புத்தருக்கும் அவருடன் வந்த துறவிகளுக்கும் உணவு அளிக்கிறார். அந்த உணவின் பெயர் ‘சாகரமதவ’ அது என்ன?

மகா பரிநிர்வாண சுத்தத்தில் வரக்கூடிய இந்தச் சொல்லை ‘‘இளம் பன்றிக் கறி’’ என்று ராபர்ட் வாண்டே வேயர் மொழிபெயர்த்துள்ளதாக பேராசிரியர் அருணன் கூறுகிறார். டி.டி. கோசாம்பியும், இதை உறுதிசெய்திருக்கிறார். அங்குத்ர நிகாயம், பஞ்சக நிபாதத்திலும் இதே செய்தி உறுதிப்படுத்துவதைக் காணலாம்.

புத்தரும், துறவிகளும் மாட்டிறைச்சி உண்டதற்கான சான்றுகளும் இல்லாமல் இல்லை.

மகத நாட்டின் அரசனாகவும், பவுத்தத் துறவியாகவும், பவுத்த சங்கத்தின் தலைமைத் துறவியாகவும் இருந்தவர் அசோகர். அவர் தன் கல்வெட்டுகளின் மூலம் பல செய்திகளை உலகுக்குத் தந்துள்ளார்.

இதில் நமக்குத் தேவையான செய்தியை, ஸ்பாஸ்கரி என்ற இடத்தில் கிடைத்துள்ள பாறைக் கல்வெட்டு 1 தருகிறது.

"இங்கு வேள்விக்காகவோ, கேளிக்கை நிமித்தமாகவோ எந்த உயிரும் பலியிடக் கூடாது... மேன்மை தங்கிய மன்னரின் அரண்மனைச் சமையல் அறையில் நூற்றுக்கணக்கான உயிர்கள் கறி சமைப்பதற்காகக் கொல்லப்பட்டன. தற்போது இந்தச் சட்டம் நடைமுறைக்கு வந்ததும் இறைச்சி சமைப்பதற்காக தினம் மூன்று உயிர்கள் மட்டுமே கொல்லப் படுகின்றன. அதாவது இரண்டு மயில்களும் ஒரு மானும். இதில் மான் ஒவ்வொரு நாளும் என்று கூறமுடியாது" - இதுதான் அந்தச் செய்தி.

இந்த ஆணையில் "இங்கு" என்று தொடக்கத்தில் வரும் சொல், "இந்த ஆணையின்படி" என்றும், "தலைநகரில் மட்டும்" என்றும், "தன் ஆட்சிக்கு உட்பட்ட பகுதியில்" என்றும் மூன்று வகையில் பொருள் தருகிறது என்று சொல்லும் பேராசிரியர் வின்சன்ட் ஏ.ஸ்மித், தன் முடிவை இப்படித் தெளிவாகத் தருகிறார்.

"தலைநகரில் இறைச்சி சாப்பிடுவது தடை செய்யப்பட்டு இருந்தது என்பதை முதல் ஆணையிலேயே காணலாம். ஆனால், தலைநகர் தவிர மற்ற எல்லா இடங்களிலும் இறைச்சி உணவு இருந்தது."

அது மட்டுமல்லாமல், தன் அரண்மனையில், தன் உணவு வகைகளில் மயிலும், மானும், இறைச்சிக்காகக் கொல்லப்படுவதற்கு அசோகர் ஒப்புதல் வாக்குமூலம் கொடுத்துள்ளார்.

ராம்பூவா என்ற இடத்தின் தூண் கல்வெட்டு 5ல் கிளிகள், குருவிகள், வாத்துகள், வவ்வால்கள், பெண் ஆமைகள், ஆற்று

ஆமைகள், முள்ளம் பன்றிகள், மர அணில்கள், எலும்பு இல்லாத மீன்கள், மான்கள், எருதுகள், குரங்குகள், காண்டா மிருகங்கள், புறாக்கள், பெண் வெள்ளாடுகள், பெண் செம்மறி ஆடுகள், பெண் பன்றிகள் ஆகிய விலங்குகளை உணவுக்காகக் கொல்லக்கூடாது என்று அசோகர் ஆணையிட்டு இருக்கிறார்.

கவனிக்கவேண்டிய செய்தி என்னவென்றால், இந்தப் பட்டியலில் பசுக்கள், ஆண் ஆடுகள், ஆண் செம்மறி ஆடுகள், ஆண் பன்றிகள் போன்ற முக்கியமான, பரவலாக, அதிகமாக இறைச்சிக்கு உணவாகும் விலங்குகள் இடம் பெறவில்லை. இவை தடையின்றி பவுத்தர்களின் உணவாகியுள்ளன.

ஆண்டுக்கு 56 நாட்கள் மட்டுமே மீன் பிடிக்கவும் விற்பனை செய்யவும் தடை விதித்தார் அசோகர். ஒரு வேளை இது இனவிருத்தி காலமாக இருக்கலாம். எனவே மீன் உணவும் பவுத்தர்களின் உணவாக இருந்திருக்கின்றன, தடையில்லாமல்.

ராம்பூவா தூண் கல்வெட்டுக் குறித்து எழுதும் வின்சென்ட் ஸ்மித், ''மன்னர், விலங்கினங்கள் உணவுக்காகக் கொல்லப்படுவதைத் தடை செய்யவில்லை. சில கட்டுப்பாடுகளை மட்டுமே விதித்திருக்கிறார்'' என்று கூறும் கருத்து மிகத் துல்லியமானது. இன்னொரு செய்தியையும் சொல்கிறார்.

''அசோகர், பசுவைக் கொல்லத் தடைவிதிக்காதது வியப்பாக இருக்கிறது.''

இதில் வியப்பொன்றும் இல்லை. பவுத்தம், ஆரியத்தை எதிர்த்தது. ஆரியம் பவுத்தத்தை ஒழித்துக்கட்ட முனைந்தது. யாகங்களில், வேள்விகளில் உயிர்கொலை செய்வதை பவுத்தம் எதிர்த்தது. பவுத்தத்தை எதிர்க்க ஆரியர், பூரண சைவப் பிரியர்கள் ஆனார்கள்.

ஆரியர்கள் பசுவை வழிபடத் தொடங்கினார்கள். புத்தர் பசுவிடம் மட்டும் தனிப்பரிவு எதையும் காட்டவில்லை. பசுவின் இறைச்சியைத் தடை செய்யவில்லை. பவுத்தர்கள் பசுமாட்டு இறைச்சியையும் உண்டார்கள்.

பசுமாட்டு இறைச்சியை சாப்பிட்டவர்கள் கீழானவர்கள், தீண்டாத்தகாத சூத்திரர்கள் என்றது ஆரியத்தின் மனு ஸ்மிருதி. அதனால் பவுத்தர்களும், கீழானவர்கள், தீண்டத்தகாதவர்களாக ஆக்கப்பட்டார்கள்.

வாசேத்தர் என்ற ஆரியர் புத்தரிடம் கேட்டார், ''இறைச்சி தின்பது தீயது, ஒழுக்கக்கேடு அல்லவா?''

புத்தர் சொன்னார், ''நிர்வாணமாயிருத்தல், குடுமி வைத்தல், மொட்டையடித்தல், உரோமத் தோலாடை அணிதல், யாகத்தீ வளர்த்தல், எதிர்காலப் பேரின்பத்தை வாங்கித்தரப் புதிய வழிகளைக் கூறுதல் ஆகியவைதான் தீமை தருவது, ஒழுக்கக் கேடானது. வாசத்தரே, இறைச்சி உண்பது தீயதும் அல்ல, ஒழுக்கக் கேடும் அல்ல!''

13

புத்தர் காலத்தில் சாதி

புத்தர் காலத்தில் சாதி இருந்ததா? இல்லையா?

''சாதிக் கொடுமைகளையும், குருமார்களின் ஏமாற்று வித்தைகளையும், சடங்கு முறைகளையும் ஒழிக்க எழுந்தது பவுத்தம்'' என்று சொல்வதன் மூலம் சாதி இருந்தது என்பதை ஜவகர்லால் நேரு ஒத்துக் கொள்கிறார்.

ஆனால் பெரும்பாலான பவுத்த ஆய்வாளர்கள், புத்தர் காலத்தில் சாதிகள் இருக்கவில்லை. வருணங்கள்தான் இருந்தன. அவையும் தொழில் அடிப்படையானவையே. இந்தப்பிரிவுகளைச் சாதிகள் என்று சொல்ல முடியாது. வருணம் வேறு, சாதி வேறு என்று வாதாடுகிறார்கள்.

வருணம் என்றால் என்ன? சாதி என்றால் என்ன?

ரிக், யஜுர், சாம, அதர்வண ஆரிய வேதங்களும், அதற்கு அடுத்த நூல்களாக அறியப்படும் பிரமாணங்களும் ஆரியர்களின் புனித நூல்கள். இவை இரண்டும் பொதுவாக ஸ்மிருதி என்று அழைக்கப்படுகின்றன.

இந்த வேதங்கள் மிகவும் புனிதமானவை. குற்றம் குறைகள் இல்லாதவை. அவற்றைக் கேள்வி கேட்கக்கூடாது, விமரிசனம் செய்யக்கூடாது. அந்த வேதங்கள் சொல்வதை அப்படியே ஏற்றுக்கொள்ள வேண்டும் என்பது ஆரியம்.

வருணம் என்ற பெயர், ஆரியர்களின் ஓர் இலட்சிய சமுதாயத்துக்கான கோட்பாடாக வேதத்தில் காணப்படுகிறது. அவர்களின் இலட்சியச் சமுதாயத்தை ஆரியர்கள் சதுர்வருணம் (நால்வருணம்) என்று அழைத்தார்கள் என்பதும் வேதத்தில் காணப்படுகிறது.

வேதம் எப்படிப் புனிதமானதோ அப்படியே சதுர்வருணமும் புனிதமானது. வேதத்தை எப்படிக் கேள்வி கேட்காமல் ஏற்றுக்கொள்ள வேண்டுமோ அப்படியே சதுர் வருணத்தையும் கேள்வி கேட்காமல் ஏற்றுக்கொள்ள வேண்டும்.

சதுர் வருணம் என்றால் மனித இனத்தை நான்கு வருணங்களாகப் பிரிவுபடுத்தி வைக்கும் அமைப்பு முறை. அதன்படி பிராமணர், சத்திரியர், வைசியர், சூத்திரர் என்ற அமைப்புமுறை சதுர்வருணம் ஆயின. இந்த வருண அமைப்பு முறைக்கு அடிப்படையாகச் சொல்லப்பட்டவை தொழிலும், தகுதியும்.

எப்படி?

பிராமணர்களுக்கு ஓதுதலும், ஓதுவித்தலும் என்கிற அறிவுசார் தொழில்கள். சத்திரியருக்குப் போரும், அரசுரிமையும் என்கிற பாதுகாப்புத் தொழில். வைசியருக்கு உற்பத்தியும், வணிகமும் என்கிற பொருளியல் சார்ந்த வணிகத்தொழில். சூத்திரருக்குக் குறிப்பிட்ட எந்தத் தொழிலும் இல்லை. மாறாக, பிராமணர், சத்திரியர், வைசியர் ஆகிய மூன்று வருணங்களுக்கும் அடிமைத் தொழில் செய்வது சூத்திரரின் வேலை.

பிராமணர் அறிவுசார்ந்த தொழிலால் சமூகத்தில் மேல்தட்டில் மிக உயர்ந்த இடத்தில் இருக்கிறார்கள். சத்திரியர்கள் போரும் வீரமும் தொழில் என்பதால், பிராமணருக்குக் கீழாகவும்,

வைசியருக்கு மேலாகவும் இருக்கிறார்கள். வைசியரின் தொழில் வணிகம் என்பதால் இவர்கள் சத்திரியருக்குக் கீழாகவும், சூத்திரருக்கு மேலாகவும் இருக்கிறார்கள். சூத்திரருக்குத் தொழில் என்பது ஏதும் இல்லாமல், அடிமை வேலை செய்ய வேண்டும் என்பதால் இவர்கள் அனைவருக்கும் கீழானவர்களாக வைக்கப்பட்டார்கள். இவர்களுக்குக் கீழே யாரும் இல்லை.

வருணங்கள் நான்கு. அவைகளுக்குரிய தொழில்கள் நான்கு. அவற்றால் ஏற்பட்டத் தகுதிகள் நான்கு.

இங்கே கேட்கப்படவேண்டிய கேள்வி, இந்த நான்கு வருணங்களுக்கும் உரிய தொழில்களும், அந்தத்தொழிலால் வரும் தகுதிகளும் அவ்வப்போது மாறுதல்களுக்கு உட்படும் நியமனமா அல்லது மாற்றமே இல்லாத பரம்பரைப் பிறப்புரிமையா?

ஆரியப் புனித நூல்களும், மனுஸ்மிருதியும் மாற்றமே இல்லாமல் ஒத்த குரலில் சொல்கின்றனள் ''இது தந்தை வழி மகனுக்கு என்று வழி வழியாக அதாவது பரம்பரைப் பிறப்புரிமையாக நால்வருணங்களும், தொழில்களும், தகுதிகளும் தொடர்ந்து வருகின்றன'' என்று. அதற்குப் பெயர்தான் சாதி.

சாதி முதன் முதலாகப் பிறந்த இடம் இதுதான்.

ஆகவே வருணம் என்பதும், சாதி என்பதும் ஒன்றல்ல, வேறுவேறு என்ற வாதம் இங்கே தகர்ந்து விடுகிறது. வருணமும் சாதியும் வேறுவேறல்ல இரண்டும் ஒன்றுதான்.

எனவே புத்தர் காலத்தில் வருணம் என்ற பெயரில் சாதி இருந்தது என்ற முடிவை நாம் உறுதி செய்வோம்.

வருணம் சாதியாக மாறியதன் நோக்கம் என்ன?

கேட்போம் டாக்டர் அம்பேத்கர் தரும் விளக்கத்தை:

''பிராமணியம் வருணத்தைச் சாதியாக மாற்றியதன் நோக்கம் என்ன என்பதை ஊகிப்பது கடினமல்ல. பிராமணர்களில் சிலருக்கு அவர்களுடைய சிறப்பியல்பு காரணமாகக் கிடைத்திருந்த உயர்ந்த அந்தஸ்துக்கு ஒவ்வொரு பிராமணனையும், அவன் எவ்வளவு இழி தகைமை

கொண்டவனாக இருந்தாலும் உயர்த்திவைக்க வேண்டும் என்பதே நோக்கம். பிராமண சமுதாயம் முழுவதையும் ஒருவர் கூட விடுபடாமல், உயர்ந்தவர்கள் என்று ஆக்கும் முயற்சியே இது... முன்னேற முடியாத ஒரு சமுதாயத்தை உருவாக்குவதற்கு இதைவிடச் சிறந்த வழி இருக்கமுடியாது.''

டாக்டர் அம்பேத்கர் இரண்டு செய்திகளை இங்கே தந்திருக்கிறார். சாதியின் பெயரால் ஆரியர்கள் தங்களை பிராமணன் என்று சமூகத்தின் மிக உயர்ந்த முதன்மையான இடத்தில் நிலை நிறுத்திக் கொள்கிறார்கள். மற்றொன்று, இதே சாதியின் பெயரால் முன்னேற முடியாத ஒரு சமுதாயத்தை உருவாக்குகிறார்கள்.

முன்னேற முடியாத சமுதாயம் எது?

சூத்திரச் சமுதாயம்!

எது சூத்திரச் சமுதாயம்?

நுணுக்கமான கேள்வி இது.

இந்தியாவில் இரண்டே இனங்கள்தான் இருக்கின்றன. ஒன்று, ஆரிய இனம். மற்றொன்று, ஆரியர் அல்லாத திராவிட இனம்.

திராவிடர்களைத் தஸ்யூ என்றும் தாசர் என்றும் ஆரிய வேதங்கள் சொல்கின்றன. தாசர் என்றால் சூத்திரர் என்பது மனுஸ்மிருதியின் விளக்கம்.

எனவே, ஆரியக் கூத்தின்படி, ஆரியர் அல்லாத திராவிடர் அனைவருமே சூத்திரர் என்ற முடிவுக்கு வரவேண்டி இருக்கிறது. இருந்தாலும், சூத்திரரிலும் மூன்று பிரிவினர் உள்ளனர். அவர்களுக்கு வெவ்வேறு உரிமைகள் தரப் பட்டுள்ளன என்பதையும் பார்க்கிறோம்.

சத்திரியன், பிராமணின் உரிமைகளையும், சலுகையையும் கோர முடியாது. ஆனால் அவனுக்குக் கீழே இருக்கும்

வைசியனின் உரிமை சலுகைகளை விடக் கூடுதலாகப் பெற்றிருக்கிறான்.

வைசியன், சத்திரியனின் உரிமை சலுகைகளைக் கோர முடியாது. ஆனால் அவனுக்குக் கீழே இருக்கும் சூத்திரனின் உரிமை, சலுகைகளைவிடக் கூடுதலாகப் பெற்றிருக்கிறான்.

சூத்திரன்?

அவனுக்கு எந்த உரிமையும் இல்லை, சலுகையும் இல்லை.

சத்திரியர்களும் வைசியர்களும் சமூகத்தில் வெவ்வேறு அளவீடுகளில் உரிமைகளையும் சலுகைகளையும் பெற்றிருக்கிறார்கள் என்பதால் இவர்களுக்கு ஒரு சமூக அங்கீகாரம் கிடைத்து விடுகிறது.

சூத்திரர் எந்த உரிமைக்கும், உரிமை உடையவர் அல்லர். எந்தச் சலுகை குறித்தும் அவர்கள் பேசவே கூடாது. சமூக அங்கீகாரம் இல்லாத ஒரு அடிமைச் சமூகம்.

இதைத்தான் டாக்டர் அம்பேத்கர் முன்னேற முடியாத சமூகம் என்றார். இதுவே உண்மையான சூத்திரச் சமூகம்.

ஆரியர்கள் சிறுபான்மையினர். ஆரியர் அல்லாதத் திராவிடர் என்ற சூத்திரர்கள் பெரும்பான்மையினர். பெரும்பான்மைச் சூத்திரர்கள் பலம் பெற்றுவிடக்கூடாது என்பதனால், இவர்களைச் சத்திரியர், வைசியர், சூத்திரர் என்று பிளவுபடுத்தி, சமத்துவமற்ற, சமூக ஏற்றத்தாழ்வை உருவாக்கியது ஆரியம்.

ஆரியம், கடைசிச் சூத்திரர்களின் அனைத்து உரிமைகளையும் பறித்துக் கொண்டது. ஆரியர் அல்லாத சத்திரியரும், வைசியரும், இச்சூத்திரர்களின் உரிமைகளை அங்கீகரிக்க மறுத்தனர்.

சூத்திரர்கள் தாழ்த்தப்பட்டார்கள். தீண்டாமைக்கு உள்ளாக்கப்பட்டார்கள். ஒதுக்கப்பட்டார்கள். ஒடுக்கப்பட்டார்கள்.

காரணம் சாதி. ஆரியத்தால் உருவாக்கப்பட்ட வருணம் என்ற சாதி!

இந்த மக்களை வேசியின் மகன் என்றது மனுஸ்மிருதி. சண்டாளர்கள் என்றனர் ஆதிக்கவாதிகள்.

இல்லை! அவர்கள் 'தலிதா'க்கள், உழைக்கும் மக்கள் என்றது பவுத்தம்.

சாதியத்துக்கு எதிராக முதன்முதலாகக் குரல் எழுப்பினாரே புத்தர்! அதற்கு இதைவிட வேறு என்ன காரணம் இருக்க முடியும்?

14. சாதியத்தைத் தகர்க்கும் புத்தர்

ஆரியத்தை எதிர்க்கிறார், ஆன்மாவை மறுக்கிறார், கடவுளை ஒதுக்குகிறார், ஒழுக்கத்தைச் சொல்லித்தருகிறார், உயிர்களைப் பேணுகிறார், அறிவைப்பெறு என்கிறார். ஒரு துறவிக் கூட்டத்தையே கூட்டிக்கொண்டு திரியும் இந்த புத்தரின் அடிப்படை நோக்கம், உண்மையான கொள்கை, குறிக்கோள்தான் என்ன?

"துறவிகளே! நம் வாழ்க்கையின் முக்கிய நோக்கம் புகழில் இல்லை, கவுரவத்தில் இல்லை, ஒழுக்கங்களை முறையாகப் போற்றுவதில் இல்லை, அறிவு, உள்ளொளி இவற்றைப் பெறுவதிலும் இல்லை. நம் வாழ்க்கையின் சாரம் உண்மையான சமூக விடுதலையில்தான் இருக்கிறது. அதுவே நம் கொள்கை, குறிக்கோள்."

பவுத்தத்தின் அடிப்படை நோக்கம் என்ன என்ற புத்தரின் இந்த வாக்கு மூலத்தை மஜ்ஜிம நிகாயம் பதிவு செய்து தருகிறது.

''பிறப்பினால் ஒருவன் சண்டாளனாக ஆவதுமில்லை. பிறப்பினால் ஒருவன் பிராமணனாக ஆவதும் இல்லை'' புத்தரின் அழுத்தமான இந்தக் கருத்தை நமக்குத் தருவது சுத்த நிபாதம்.

இங்கே சண்டாளனையும், பிராமணனையும்தான் ஒப்பீடு செய்துள்ளார் புத்தர். சத்திரியன், வைசியனை இங்கு கொண்டு வரவில்லை என்பது கவனிக்கவேண்டிய செய்தி.

''சாதியை எதிர்க்கும் விசயத்தில் புத்தர், தான் சொன்னதை அப்படியே கடைப்பிடித்தார். ஆரிய சமூகம் செய்ய மறுத்ததை அவர் செய்தார். ஆரிய சமூகத்தில், சூத்திரன் அல்லது கீழ்சாதியைச் சேர்ந்தவன் ஒரு போதும் பிராமணன் ஆக முடியாது. ஆனால் புத்தர் சாதியை எதிர்த்துப் பேசியது மட்டுமின்றி, சூத்திரர்களையும், கீழ்சாதியினரையும் பவுத்தத் துறவிகளாக அனுமதித்தார். புத்தமதத்தில் துறவிகள், பிராமணியத்தில் பிராமணர்களுக்கு இருந்த அந்தஸ்தைப் பெற்றிருந்தார்கள்'' என்பது அம்பேத்கர் தரும் செய்தி.

முடிதிருத்தம் செய்யும் (நாவிதர்) சமூகத்தில் பிறந்தவர் உபாலி. பவுத்த சங்கத்தில் புத்தருக்கு அடுத்த இடத்தில் இந்தத் துறவி, ஆனந்தருக்கு இணையான தகுதியைப் பெற்றிருந்தார். ஆரியத்தில் சூத்திரன் வேதம் படிக்கக் கூடாது. இங்கே பவுத்த சங்கத்தில் திரிபிடகத்தின் ஒரு பிரிவான வினயத்தை முதலாம் பவுத்தப் பேரவையில் படித்து, விளக்கிச்சொல்லி, அதை ஒழுங்குபடுத்தும் தலைமைப்பணியில் இருந்தார் உபாலி.

இராஜகிருகத்தில் வசிப்பவள் சுனிதா என்ற பெண். இவர் தெருக்களைச் சுத்தப்படுத்தும் ஒரு துப்புரவுத் தொழிலாளி. ஒருநாள் தெருவைச் சுத்தப்படுத்திக் கொண்டிருந்த சுனிதாவிடம் சென்ற புத்தர், ''உனக்கேன் இந்த இழிவான தொழிலும் இழிவான வாழ்க்கை முறையும். சங்கத்தில் சேர்கிறாயா?'' என்றார். சரி என்றதும், அவரைத் துறவியாக்கிவிட்டார் புத்தர். சுனிதாவால் பாடப்பட்ட பாடல்கள், தேரிகதா என்ற பவுத்த நூலில் இடம்பெற்றுள்ளன.

பேராசிரியர் அருணன் சொல்வதைக் கேளுங்கள்:

''அருந்ததியர்பால் அன்பும், கருணையும் காட்டிய முதல் மெய்ஞ்ஞானி புத்தர். வாழ்வின் கடைகோடி மனிதர்களாக ஒடுக்கப்பட்டிருந்த துப்புரவுத் தொழிலாளர்களையும் சமதையாக மதித்த உண்மையான துறவி புத்தர்.''

ஸ்ராஸ்வஸ்தியில் வாழ்ந்த சோபகா ஒரு சுடுகாட்டுத் தொழிலாளி. அந்தச் சுடுகாட்டின் வழியாக ஒருமுறை புத்தர் சென்றபோது, சோபகா பவுத்த சங்கத்தில் சேர்க்கப்பட்டார். இவர் பறையர் சமூகத்தைச் சேர்ந்தவர்.

புத்தரின் வீட்டில் கடைநிலை ஊழியராக இருந்த சன்னா, சட்டிப்பானை செய்யும் குயவர் சமூகத்தைச் சேர்ந்த தன்னியா, மீனவர் சமூகத்தின் சதி, மாடுமேய்க்கும் நந்த, கோரைப்புல் தொழிலாளர் சுமங்கல் போன்ற ஒடுக்கப்பட்டவர்கள் எல்லாம் புத்தரால் பவுத்தத் துறவிகளாக ஆக்கப்பட்டார்கள்.

எந்த ஆரியச் சதுர்வருணக் கோட்பாட்டால் கீழ்ச்சாதியாக ஆக்கப்பட் டார்களோ, அதே கீழ்சாதியில் இருந்து துறவிகள் உருவாக்கப்பட்டு, அதே சதுர்வருணக் கோட்பாட்டுக்கு எதிராகப் போராடும் துறவிகளைப் போராளிகளாக உருவாக்கியவர் புத்தர்.

ஆரியத்தால் ஒதுக்கப்பட்ட சாதிகளுக்கு இணையாக, ஒதுக்கப்பட்ட, ஒடுக்கப்பட்ட பெண்களையும் துறவிகளாக்கி, பிராமணர்களுக்குச் சமமான தகுதியை பவுத்தத்தில் கொடுத்தவர் புத்தர்.

''கீழ்ச்சாதியினரைப் பவுத்தத்தில் சேர்ப்பதற்குக் கட்டுப்பாடு எதுவும் இருக்கவில்லை. அத்தகைய குழுக்களிடம் இருந்து வந்த ஆதரவு மகத்தானது, கணிசமானது. பவுத்தம் தெய்வீக அவதாரம் இல்லை. அது சங்கம். வரலாற்றுத் தன்மை கொண்ட ஒட்டுமொத்த அக்கறை அங்கே நிலவியது'' என்ற வரலாற்றாசிரியர் ரொமிலா தாப்பரின் மதிப்பீடு, தாழ்த்தப்பட்ட மக்களின் மீது பவுத்தத்துக்கும், பவுத்தத் தின் மீது தாழ்த்தப்பட்ட மக்களுக்கும் உள்ள சமூக அக்கறை கொண்ட நெருக்கத்துக்கு வலிமை சேர்க்கிறது.

ஒருமுறை அஸ்ஸலாயன என்ற ஆரியன் புத்தரிடம், ''பிராமணனே சாதியில் உயர்ந்தவன். மற்ற சாதியினர் தாழ்ந்தவர்கள்'' என்று கூறுகிறான்.

புத்தர் அவனைப் பார்த்துச் சொல்கிறார், ''அஸ்ஸலாயனா! நீ அறிந்திருப்பாய் என்று நினைக்கிறேன். அண்டைய (யவனம், கம்போஜம் முதலிய) நாடுகளில் இரண்டே சாதியினர்தான் இருக்கிறார்கள். எஜமானர் மற்றும் அடிமை. இதில் எஜமானன் அடிமையாகவும் முடியும், அடிமை, எஜமானனாகவும் மாறமுடியும். உங்கள் சதுர்வருணச் சமூக அமைப்பு ஏன் இதுபோன்ற உலகம் தழுவியதாக அமைய வில்லை... யாகத்தீயில் அவிப் பொருள்களைக் கொட்டுவதால் மட்டும் சாதிச் சுத்தம் வந்துவிடாது. அது வெளியேதான் எரிகிறது. நான் (மக்களின்) நெஞ்சங்களில் தீமூட்டி இருக்கிறேன். அது என்றும் அணையாது. எரிந்து கொண்டுதான் இருக்கும்''

சாதியத்தைப் புத்தர் எந்த அளவுக்கு வெறுத்தாரோ, அதே அளவுக்குச் சாதியத்துக்கு எதிராக மக்களையும் திரட்டி இருக்கிறார் என்பதற்கு மஜ்ஜிம மற்றும் சம்யுத்த நிகாயங்கள் தரும் இந்தக்குறிப்பு சான்றாக நிற்கிறது.

மக்களை நேரடியாகச் சந்தித்துப் பேசும் தலைவராக இருந்தவர் புத்தர். மக்களிடம் பேசினார். கருத்துகளை முன்வைத்தார். விவாதங்களை நடத்தினார். கீழ்ச்சாதியாக ஆக்கப்பட்ட சூத்திரர்களை அரவணைத்தார். மக்கள் உள்ளங்களில் சாதிக்கு எதிரானக் கனலை மூட்டினார். பவுத்தம் வளர்ந்தது.

ஆடிப்போனது ஆரியம். சதுர்வருணம் சரியத் தொடங்கியது. சாதிகள் புத்தர் காலத்தில் தகர்ந்து போயின. ஆனால் அது சாகவில்லை. அதற்கு உயிர் இருந்தது.

பதறிப்போன ஆரியர்கள் அவர்களின் இலட்சிய சமுதாய அமைப்பைக் காப்பாற்றி நிலைநிறுத்த வேண்டிய அவசியத்துக்காக சாதியைக் காப்பாற்ற முனைந்தார்கள்.

சாதிய மேலாண்மைக் கட்டமைப்பை, புத்தரின் பெயரால் பவுத்தத்துக்குள் கட்டியமைக்கும் வேலையை

ஆரியவாத மகாயானர்கள் முன்னெடுத்தார்கள். புத்தரின் மறைவுக்குப் பின்னால்.

மகாயான ஆரிய பவுத்தத் துறவிகள் தங்களை உயர்ந்தவர்களாகச் சொன்னார்கள். புனிதமானவர்களாகக் காட்டிக் கொண்டார்கள்.

ஆரியத்தின் கடவுள், அவதாரங்கள், பூசைகள், சடங்கு முறைகளைப் புத்தரின் மேல் ஏற்றிச்சொன்னார்கள். புத்தரையும் அவரின் கொள்கை களையும் கருத்துகளையும் மாற்றி அமைத்தார்கள். மறைமுகமாகச் சாதி மகாயாணத்தில் நுழைந்தது.

வருணம் எங்கே இருக்கிறது? உயிரில் இருக்கிறதா? உடலில் இருக்கிறதா? பரம்பரைக் குருதியில் இருக்கிறதா? ஆசாரங்களில் இருக்கிறதா? வேதங்களை அறிவதில் இருக்கிறதா? அறிவில் இருக்கிறதா? செயலில் இருக்கிறதா? எங்கே இருக்கிறது வருணம் என்று முழக்கமிட்ட அசுவகோசர், வருணம் எங்கேயும் இல்லை, அது ஏமாற்று வேலை, வெட்டிப் பேச்சு என்று ஆரியத்தையும், மகாயாணத்தையும் திருப்பித் தாக்கினார். அவரின் 'வஜ்ரசூசி' நூலில் இதுகுறித்து விரிவாகப் பார்க்கலாம்.

ஆரியம் செய்த அடுத்த வேலை இராமாயணம், மகாபாரதம், அதன் துணைக் கதைகள் மூலமும், பகவத் கீதை மூலமும் வருணாசிரமத்தை வலிமைப்படுத்தத் தொடங்கியதுதான். அதனால்தான் இன்று 3500க்கும் மேலான சாதிகள் இந்தியாவில் வளர்ந்து, விரிந்து விட்டன.

புத்தர் தன் காலத்தில் சாதி அமைப்பு முறையைத் தகர்த்தார். தடுத்து நிறுத்தினார்.

''பெரிய கடலில் இருக்கும் நீர் உவர்ப்புச் சுவையை மட்டுமே கொண்டிருக்கிறது. என் கொள்கையில் சமநீதி சமூக விடுதலை மட்டுமே

இருக்கிறது. நெருப்பு, வானத்துக்கும் பூமிக்கும் நடுவில் உள்ள பொருள்களை எரித்துவிடும். என் கொள்கை உயர்வு தாழ்வைச் சொல்லும் வருணாசிரமச் சாதியை எரிக்கும்.''

புத்தரின் இந்த நெருப்புச் சொற்கள் அவரை அடையாளம் காட்டின. சாதி ஒழிப்பின் முதல் போராளி புத்தர்தான்!

15 புத்தர் பெண்களைப் புறக்கணித்தாரா?

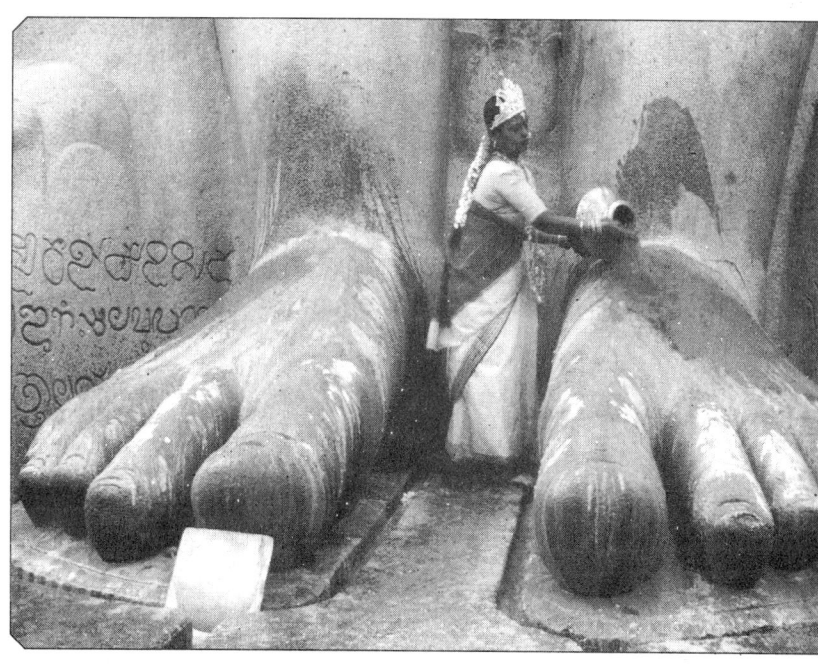

புத்தர் மீது ஒரு குற்றச்சாட்டு தொடர்ந்து சொல்லப் பட்டுவருகிறது.

பெண்கள் துறவு ஏற்று, பவுத்த சங்கத்தில் சேர்வதைப் புத்தர் ஏற்கவில்லை. அதற்கு அவர் மறுத்து விட்டார். அதன்மூலம் அவர் பெண்களைப் புறக்கணித்தார் என்று குற்றச்சாட்டுகிறார்கள். இது சரியா, தவறா? பார்ப்போம்.

கபிலவஸ்துவுக்கு மிக அருகில் நிக்ரோதரம என்ற இடத்தில் தன்னைச் சந்தித்த வளர்ப்புத்தாய் மகாபிரஜாபதி கவுதமி, மனைவி யசோதா இருவரையும் துறவுபூண்டு, சங்கத்தில் சேர்ப்பதற்கு முதலில் மறுத்த புத்தர், பின் எட்டு நிபந்தனைகளை விதித்து, அவர்களைச் சங்கத்தில் சேர்த்துக் கொண்டார் என்கிறது வினபிடகம்.

1. நூறு வயதுடையவராக இருந்தாலும் ஒரு பெண் துறவி, தன்னைவிட மிக மிக இளைய வயதுடைய ஆண் துறவியைக் கண்டால், உடனே எழுந்து நின்று வணங்க வேண்டும்.

2. மழைக்காலத்தில் எந்த ஒரு இடத் திலும், ஓர் ஆண் துறவி அருகில் இல்லை என்றால், அங்கே பெண் துறவி தங்கக் கூடாது.

3. ஒவ்வொரு மாதத்திலும் இரண்டு முறை ஆண்துறவிகளிடம் பெண் துறவிகள் தரும உபதேசம் பெறவேண்டும்.

4. பெண் துறவிகள் மீது ஆண் துறவிகள் குற்றம் குறை கண்டாலோ, கேள்விப்பட்டாலோ அல்லது அந்தப்பெண் துறவிகள் சந்தேகத்துக்கு உட்பட்டாலோ, அந்த காரணங்களுக்காக அந்தப்பெண் துறவிகள் மழைக்காலம் முடிந்து கூடுகிற முதல் சங்கக் கூட்டத்தில் அனைத்துத் துறவிகள் முன்பும் விசாரணைக்கு உட்பட வேண்டும்.

5. பெண் துறவிகள் தவறு ஏதும் செய்தால், அவர்கள் ஒரு மாத காலம், சங்கத் துறவிகள் விதிக்கும் நிபந்தனைகளை ஏற்று, பணிவிடை செய்து நல்ல பெயர் எடுக்க வேண்டும்.

6. பெண் துறவிகள் இந்த ஆறு விதிகளையும், வினய விதிகளையும் இரண்டு மாதங்கள் சரியாகக் கடைப்பிடித்து வந்தால், பிறகு அவர்கள் முழுமையான துறவிகளாக ஏற்றுக்கொள்ளப் படுவார்கள்.

7. எந்தக் காரணம் கொண்டும் ஒரு பெண் துறவி ஆண் துறவியை எதிர்த்துப் பேசக்கூடாது. கடுமையாகவும் பேசக்கூடாது.

8. பெண் துறவிகள் எக்காரணம் கொண்டும் ஆண் துறவிகளிடம் பேசக் கூடாது. ஆனால் ஆண் துறவிகள் பெண் துறவிகளிடம் பேசலாம்.

இதுதான் துறவை ஏற்கும் பெண்களுக்குப் புத்தர் விதித்த எட்டு நிபந்தனைகள் என்கிறது வினயபிடகம்.

வினயபிடகம் ஒரு பவுத்த நூல். திரிபிடகத்தின் ஒரு பகுதி. அதில் கூறப்பட்டுள்ள இந்த எட்டு நிபந்தனைகள் பெண்ணுரிமையை அழிக்கும் ஆரியத்தின் அடிமைச் சாசனமாக அமைந்திருக்கிறது.

இது குறித்துக் கருத்துச் சொல்லும் உ.வே.சாமிநாதர், ''இந்த எட்டு நிபந்தனைகளையும் ஆராய்ந்து பார்த்தால், பவுத்த மதத்தில் சந்நியாசத்தால் பெண்பாலார்க்கு ஸ்வதந்திரியம் (சுதந்திரம்) அதிகமாகக் கிடைத்ததென்று நினைக்க இடமில்லை'' என்று கூறுகிறார்.

"சந்நியாச வழியில் இருப்பதற்கு 'இயற்கையான தகுதி' பெண்பாலர்க்கு இல்லையென்றும், அந்த நிலைமைக்குரிய ஸ்வதந்திரியத்தைக் குற்றமில்லாமல் பாதுகாத்து வருவதற்கு அவர்களால் இயலாதென்றும், இத்தேசத்தில் தொன்று தொட்டுப் பெரியோர்கள் கருதுகிறார்கள்" என்று விளக்கம் தரும் உ.வே.சாவின் குரலில், மனுஸ்மிருதி ஒன்பதாம் அத்தியாயம் ஊசலாடுவதைக் காண முடிகிறது.

பெண்கள் துறவு ஏற்க 'இயற்கையான தகுதி' இல்லை என்கிறார் உ.வே.சா. ஆனால் நடைமுறைத் தகுதிதான் காரணம் என்று புத்தர் ஆனந்தரிடம் சொன்னதாக ஒரு குறிப்பு இருக்கிறது.

சூத்திரர்களும் பெண்களும் மோட்சம் அடைய முடியாது. முக்திபெற முடியாது. ஏனென்றால் அவர்கள் தீட்டானவர்கள், தூய்மையற்றவர்கள் அதனால் கீழானவர்கள் என்பது ஆரியக் கருத்தியல்.

பிறப்பும், மாதவிடாயும் தீட்டு என்கிறது மனுஸ்மிருதி. குழந்தை பேறு பெற்ற தாய்மையின் உடலில் இருந்து இயற்கையாய் வெளியேறும் உதிரம், தீட்டு. மாதவிடாய் காலங்களில் இயற்கையாய் வெளியேறும் உதிரம் தீட்டு. இது காமத்தின் முன் அறிகுறி.

ஆகவே, பெண்களிடம் இயற்கையாய் இருக்கும் இந்தத் தகுதி, நடை முறையில் இருக்கும் இந்தத் தகுதி, தீட்டுத்தகுதி புனிதமான மோட்சம் என்கிற முக்திக்குத் தடையாகி வருகிறது என்றுகூறிப் பெண்களை ஒதுக்கிவிடும் ஆரியப் பண்பாட்டுக் கருத்தத்தைத்தான் உ.வே.சா தன் பாணியில் கூறி இருக்கிறார்.

பெண்கள் துறவு ஏற்கத் தடையாக இருக்கும் நடைமுறைத் தகுதியை ஆனந்தரிடம் சொன்ன புத்தர், பெண்களைப் பார்க்கவே கூடாது என்றும், பார்த்தால் பேசவே கூடாது என்றும், பெண்கள் பேசினால் மிக மிக எச்சரிக்கையாக இருக்கவேண்டும் என்றும் உபதேசம் செய்வதை மகா பரிநிர்வாண சூத்திரம் கூறுகிறது.

அங்குத்ர நிகாயமோ, "ஆண்களை நெறிதவறச்

செய்யும் கருப்புக் காமப் பாம்புகள்தான் பெண்கள்'' என்று சொல்கிறது.

''மனிதர்கள் தங்களது முக்தி இலக்கினை தாங்களே தேடவேண்டும் என்பது மடத்துக்குரிய நெறி. கற்பு நெறி தேவைகளுக்கு ஏற்ப இருப்பதற்கான அவசியத்துக்காகப் பெண்கள் மாபெரும் தடையாகப் பார்க்கப்பட்டனர். அவர்களது பெண்மையே பிக்குகளுக்கு அபாயமாகப் பிரநிதித்துவப்படுத்தப்பட்டது. எனவே அவர்களது வருகை வரவேற்கப்படவில்லை.''

உமாசக்ரவர்த்தியின் இந்தப் பதிவு முழுக் குட்டையும் அவிழ்த்து விட்டது.

இயற்கையாகப் பெண்களிடையே நிகழும் உடலியல் மாற்றங்கள், தாய்மை, மாதவிடாய் ஆகியனவெல்லாம் தீட்டாக்கப்பட்டு, தூய்மையற்றதாகக் ஆக்கப்படுகிறது. அதனுடன் காமம் இணைக்கப் படுகிறது. காமத்தையும், கற்பையும் ஆண்களுக்கு அபாயகரமாகக் காட்டி, பெண்களை ஒதுக்குவது, தீட்டு, மோட்சத்துக்குத் தடை என்று கூறிப் பெண்களை ஒதுக்குவது ஆகியன பெண்ணின் மீதான ஆரியத்தின் ஒடுக்குமுறை.

இதைத்தான் புத்தரைக் கைகாட்டி, பவுத்தத்தில் கொண்டுவந்து நிறுத்துகிறது ஆரிய பவுத்தமான மகாயான பவுத்தம்.

திராவிட தேரவாத பவுத்தத்துக்கும், மேற்சொன்ன ஆரிய சிந்தனைக்கும எந்தவொரு தொடர்பும் இல்லை.

உ.வே.சா தன்னையும் மறந்து ஓர் உண்மையைச் சொல்லிவிட்டார். ''புத்தர் தமது செவிலித்தாயின் (கவுதமி) சொல்லை மறுப்பதற்கு மனமில்லாதவராக, பெண்பாலர்க்கும் சந்நியாச அதிகாரத்தைக் கொடுத்தார்.'' இது தேரவாத பவுத்தச் செய்தி.

துறவி ஆனந்தர்தான், சங்கத்தில் பெண்கள் சேர்வதற்கு புத்தரிடம் அனுமதி பெற்றார் என்பது இங்கே பொய்த்துப் போய்விட்டது.

''எளிய ஏழைக் குடும்பத்தில் பிறந்தவள் நான். தெருக்கூட்டுவது என் தொழில். நான் மனிதர்களால் இழிவுபடுத்தப்பட்டேன். இகழ்ச்சியாகப் பார்க்கப்பட்டேன். தாழ்வாக மதிக்கப்பட்டேன். பணிவுடன் நான் பலருக்கு மரியாதை காட்டி வந்தேன். ஒருநாள் பிக்குகள் புடைசூழ புத்தர் என்ற பெருந்தலைவர் மகதத்தின் முக்கிய வீதி வழியாக வருவதைக் கவனித்தேன். என் சுமைகளை உதறிவிட்டு,

அவர் முன் சென்று வணங்கினேன். என்மேல் இரங்கி, என்னைச் சங்கத்தில் ஏற்கும்படி வேண்டினேன். அந்தத்தலைவர் உடனே, வா துறவியே (ஏஹியே) என்றார். நான் துறவியானேன்." துப்புரவுப் பெண் சுனிதாவின் தன்கூற்று இது.

சுமங்கல மாதா என்ற பெண் சொல்கிறார்: அடுப்பங்கரை அசிங்கத்தில் இருந்து விடுபட்ட பெண் நான். கருப்பானேன், சமையல் கூடப் புகையால். கொடுமையான என் கணவன், அவன் தங்கும் மரநிழலை விட என்னைக் கேவலமாக நடத்தினான். இன்று என் பழைய விருப்பு வெறுப்பு எல்லாம் தொலைந்து போய்விட்டன. ஆலமரநிழலில் (பவுத்தத்தில்) இளைப்பாறுகிறேன். அது எனக்கு நலமே செய்யும்.

"இரண்டாம் தடவையாகத் திருமணம் செய்விக்கப்பட்ட ஒரு பெண், கணவன் குடும்பத் தாரால் விரட்டப்பட்டவள்." அவள் சொல்கிறாள்:

"இரண்டாம் தடவையாக என் தந்தை என்னை மணமகள் ஆக்கினார். ஒரு மாதம்தான். குறையின்றி, அடிமையின் தகுதியோடு பணியாற்றி சேவை செய்த போதும், கணவன் வீட்டில் இருந்து திருப்பி அனுப்பப்பட்டேன்." விரக்தி அடைந்த அந்தப்பெண் தற்கொலை செய்ய முயன்றபோது, அவள் பவுத்தத் துறவிகளால் தடுக்கப்பட்டு, பவுத்தத் துறவியாக ஆக்கப்பட்டாள்.

திரிபிடகத்தின் ஒன்றான தேரிகாதை தருகின்ற இந்தச்செய்திகள், பெண்களைப் புத்தர் துறவு ஏற்க மறுத்ததாகவோ வெறுத்ததாகவோ சொல்லவில்லை.

மகாபிரஜாபதி, யசோதரா மாதங்கியின் மகள் பிராக்ரதி, ஆம்ரபாலி என பெண்கள் பலரையும் தடையின்றி பவுத்த சங்கத்தில் சேர்த்துள்ள செய்தியை மறைத்துவிட்டு, ஆரியக் கருத்துகளை நுழைத்து, பெண்ணுரிமையை புத்தர் மறுத்தார் என்று திசை திருப்பவே, எட்டு நிபந்தனைகள், பெண்கள் சந்நியாசம் பெறத் தகுதி அற்றவர்கள் என்றெல்லாம் கதை அளந்துள்ளது மகாயான ஆரிய பவுத்தம்.

காரணம்...

தீட்டுள்ள பெண்கள் முக்தி அடைய, துறவு ஏற்க முடியாது என்ற ஆரியத்தைத் திருப்பித் தாக்கி, பெண்களைத் துறவிகளாக்கி, அவர்களை உயர்த்தி, சமத்துவத்தை அவர்களுக்கு வழங்கிவிட்டார்

புத்தர் என்ற காழ்ப்புணர்ச்சியைத் தவிர வேறென்ன இருக்க முடியும்?

ஆண் என்றும், பெண் என்றும் பவுத்தமும், புத்தரும் வேறுபடுத்திப் பார்த்ததில்லை.

முதன்முதலில் பெண்ணுரிமையைப் பேசியவர் புத்தர்; பேசியது தேரவாதத் திராவிடப் பவுத்தம்!

16. அத்வைத பவுத்தம்

    அத்வைதம், துவைதம், வசிஸ்டாத் வைதம் என்ற மூன்றும் பிற்கால இந்து சமயங்களின் தத்துவ சிந்தனைகளாக எழுந்தன.

    கி.பி.8ஆம் நூற்றாண்டில், அன்றைய சேர நாட்டில், காலடி என்ற ஊரில் பிறந்த ஆதிசங்கரரால் பேசப்பட்டது அத்வைதம். பிரம்மம் ஒன்றே நிலையானது, உண்மையானது. பிரம்மத்தைத் தவிர அனைத்தும் இருப்பதைப் போலத் தோற்றம் தரும் மாயை. அவை அழிந்துவிடும். உலகின் அனைத்துமே பிரம்மத்தில் அடக்கம் என்ற ஒருமை வாதமே அத்வைதம்.

    கி.பி.13 ஆம் நூற்றாண்டில், கர்நாடகத்தின் உடுப்பிக்கு அருகில் இருந்த சிவரூப என்ற சிற்றூரில் பிறந்த மத்துவாச்சாரியார் துவைதத்தைப் பேசினார். இவர் இருமை பற்றிப் பேசினார். பிரம்மாத்மா, ஜீவாத்மா என்ற இருமை வாதமே துவைதம்.

கி.பி.11ஆம் நூற்றாண்டில், தமிழ்நாட்டின் திருப்பெரும்புதூரில் பிறந்த இராமானுஜர் வசிடாத்வைதத்தைப் பேசினார். உலகம் உண்மையானது, ஜீவன் உண்மையானது. ஆனால் அவற்றின் முழுமுதல் முதன்மையின் காரணம் ஈஸ்வரம் (பிரம்மம்) என்கிறார் தன் விசேச அத்வைதமான வசிஸ் டாத்வைதத்தில்.

இவை மூன்றும் பிரம்மத்தை முதன்மைப்படுத்துவதில் சரியாக ஒன்றிணைகின்றன. இவற்றுள் காலத்தால் மிக முந்தியது அத்வைதம்.

ஆரியர்களின் நான்கு வேதங்கள், ஆரண்யங்கள், பிரமாணங்கள் ஆகியவற்றை அடுத்துத் தோன்றியவை உபநிடதங்கள். உபநிடதங்களின் எண்ணிக்கை 200ஐத் தொடுகின்றன. அவற்றுள் 18 உபநிடதங்கள் முக்கியமாகப் பேசப்படுகின்றன.

உபநிடதங்கள் தோன்றிய காலத்தைத் துல்லியமாக வரையறை செய்ய முடியாது. புத்தர் காலத்துக்கு முன்னர் கி.மு.800 தொடங்கி, புத்தர் காலத்திற்குப் பின்னர் கி.மு.200க்கு முன்பு வரை இவை பல்வேறு காலகட்டங்களில் தோன்றியுள்ளன. வேள்விகள், மாய மந்திர சக்திகள், வேத சடங்கு முறைகள் பற்றி பிரமாணங்கள் பேசுகின்றன.

மாயாவாத சிந்தனைகள், தத்துவம் குறித்த முன்மாதிரி பற்றிய கேள்விகளை ஆரண்யங்களில் பார்க்கிறோம்.

பிரமாணங்கள், ஆரண்யங்களில் இருக்கும் ஆரிய வேத மரபுகள் உபநிடதத்தில் இருந்தாலும், இந்தியத் தத்துவ உலகத்துக்கு முதன்முதலாக புதியதொரு தத்துவ சிந்தனையைக் கொண்டு வருகிறது உபநிடதம்.

உபநிடதத்தின் அந்தத் தத்துவம் - பிரம்மம். இந்தியத் தத்துவ இயலில் அத்வைதம் பிறந்த முதல் இடம் இதுதான்.

பிரம்மத்தைத் தோற்றுவித்த உபநிடதம், அதுதோன்றி 600 ஆண்டுகள் வரை, அதனால் எந்தவொரு எழுச்சியையோ அல்லது மாற்றத்தையோ கொண்டுவர முடியவில்லை. உபநிடதம் குறித்த விளக்கங்கள்கூட இந்தக்கால கட்டங்களில் தெளிவாக இல்லை.

கி.மு.200இன் பிற்பகுதியில்தான் உபநிடதத்தின் பிரம்ம அத்வைதத்தை உயிர்ப்பித்து வெளியே கொண்டு வருகிறார் நாகார்ஜுனர். இவர் ஓர் ஆரியர். ஆந்திர மாநில நாகார்ஜுன

குண்டாவைச் சேர்ந்தவர். வேத சாத்திரங்களையும் பவுத்தத்தையும் தெளிவுறக் கற்றுத் தேர்ந்து தெளிந்தவர்.

கடந்த 400 ஆண்டுகளில் ஆரியத்தின் இலட்சிய சமுதாயக் கோட்பாட்டுக்கான ஆரியக் கருத்தியலை பவுத்தம் பலவீனப்படுத்தி நிலைகுலைத்திருந்தது. அதனால் மீண்டும் ஆரியத்தைப் புனரமைக்கப் புறப்பட்டார் நாகார்ஜுனர்.

மக்களிடம் வலிமையாக வேரூன்றியிருந்த பவுத்தத்தை நேரடியாக எதிர்ப்பதை விட, பவுத்தத்தில் நுழைந்து, அதில் ஆரியக் கருத்தியலைப் பவுத்தத்தின் பெயரால் நுழைத்து, மூல பவுத்தத்தையே சிதறடிக்கும் விதமாக நாகார்ஜுனர் பவுத்த துறவியாக பவுத்தத்தில் சேர்ந்தார்.

புத்தரைப் பின்பற்றுவதாகச் சொல்லிக்கொண்ட இவர், புத்தரால் சொல்லப்பட்ட (தேரவாத) மூலபவுத்தத்தைக் கேவலமான (ஈனம் ஆன - ஈனயான) பவுத்தம் என்று சொல்லி, புதியதொரு பவுத்தப் பிரிவை உருவாக்கினார். அதன்பெயர் மகாயானம்.

தேவிபிரசாத் சட்டோபாத்தியாயா சொல்கிறார்: ''புத்தருடைய கொள்கையைத் தொடர்ந்து பின்பற்றுவதாகக் கூறிக் கொள்வதற்கு, மகாயான பவுத்தத்துக்கு இரண்டு அம்சங்கள் தேவை. அவை, மாயைக் கதைகளும், மத நூல்களின் புரட்டல்களும்தான். மகாயானர்கள் இந்த இரண்டையும் செய்தார்கள்.''

மகாயானம், புத்தரின் உண்மையான கொள்கையே என்று அவர்கள் கூறினார்கள். இதை நம்பமுடியாது. புத்தர் அவ்வாறு கூறவில்லை. பாலி மொழி உபதேசங்களில் ''இது'' காணப்படவில்லை''.

இதில் இரண்டு செய்திகள் இருக்கின்றன. ஒன்று, மாயை குறித்த கதை. மற்றொன்று, மத நூல்களின் புரட்டல். இவற்றால் உருவான

இது என்ற மாய பிரம்மம் பற்றி மூலப் பாலிமொழி புத்தர் உரையில் காணப்படவில்லை" என்பது கூடுதல் தகவல்.

இது என்பது பிரம்மம். இதைமதநூலின் மாயை (சூன்யக்கதை என்பது உபநிடதம் குறித்தது).

உபநிடதத்தின் மையச் சாரம் பிரம்மம். அது மாயை, சூன்யம். இதை புத்தர் ஏற்றுக்கொள்ளவில்லை, நிராகரித்தார்.

நாகார்ஜுனர் இதையே தன் கொள்கையாக்கி, பிரம்மத்தை மூலமாக்கி, புத்தருக்கு எதிரான ஓர் அத்வைத மகாயானத்தை உருவாக்கினார்.

புத்தரின் மூலபவுத்தம் பொருள் முதல்வாதச் சிந்தனைகளை முன்வைத்தது. நாத்திகம் அதன் கொள்கையானது. ஆரியத்தை எதிர்த்தது. சமூக நீதிக்காகப் போராடியது.

நாகர்ஜுனரின் அத்வைத பவுத்தம் கருத்து முதல்வாதத்தை முதன்மைப்படுத்தியது. ஆத்திகத்தின் வடிவம் அது. திராவிடத்துக்கு பவுத்தத்தின் பெயரால் எழுந்த ஆரிய எதிர்ப்பு அது. சமநீதியைப் பின்தள்ளும் நவீன வேத பவுத்தம். அதற்கான கருவி பிரம்மம்.

சரி, பிரம்மம் என்றால் என்ன? சுருக்கமாகப் பார்ப்போம்.

பிரம்மம், அது மூலப் பொருளான ஒன்றைக் குறிக்கும். பிரம்மத்தைத் தவிர மற்ற எவையும் உண்மையல்ல. அவை இருப்பதைப் போல இல்லாமையாகும். அதாவது, மாயை. பிரம்மமே இறுதியான உண்மை. உலகம் என்பதும் உண்மையில்லை. அது பிரம்மத்துக்குள் அடங்கும் மாயத் தோற்றம் - இது பிரம்மம் குறித்து உபநிடதத்தின் சாரம்.

பிரகதாரன்யக உபநிடதம் சொல்கிறது: "உலகம் பிரம்மமாக இருந்தது. பிரம்மம் மட்டுமே இருந்தது. வேறு ஒன்றும் இல்லை"

இதில் உலகம் (பருப்பொருள்+உயிர்) முழுமையும் பிரம்மத்துக்குள் அடங்கி, பிரம்மமாகி விடுகிறது. தனித்தனியாக எதுவும் இல்லை.

இதை "மாத்யமிக சாத்திரம்" அதாவது பரமசத்தியம் என்கிறார் நாகார்ஜுனர்.

பரமசத்தியத்தை இப்படி விளக்குகிறார் உபநிடத தத்துவவாதி யாக்ஞவாக்கியர், "பரமசத்தியத்தை இது (பிரம்மம்) இந்த

வகையானது, அது அந்த வகையானது என்று சொல்லமுடியாது. சொல்ல முயல்வது அறியாமை... அது (பிரம்மம்) கைப்பற்ற முடியாதது, ஆகவே அது கைப்பற்றப் படுவதில்லை. அது அழிக்கமுடியாதது, ஆகவே அது அழிக்கப்படுவதில்லை. அது எதனோடும் இணைவது இல்லை, ஆகவே அது தன்னோடு எதையும் இணைத்துக் கொள்வதில்லை. பிரம்மம் கட்டுக்குள் அடங்குவது இல்லை'' - **இதுதான் பிரம்மம் குறித்து யாக்ஞவாக்யர் தரும் விளக்கம்.**

இப்பொழுது நாகர்ஜுனர் சொல்வதைக் கேட்போம்:

''பிரம்மத்துக்குத் தோற்றம் இல்லை, முடிவு இல்லை. நிலைப்பது இல்லை, நிலையாமை இல்லை. ஒருமை இல்லை, பன்மை இல்லை. உருவாவது இல்லை, மறைவது இல்லை. பரமசத்தியம் பிரம்மம் ஒன்றே'' **நாகர்ஜுனர் விளக்கம் இது.**

பிரம்மம் இருக்கிறது என்று சொல்லும்பொழுது, அதை எதிர்மறைக் குறிப்பில், ''இல்லை இல்லை'' என்று மறுப்பதை வடமொழியில் ''நேதி நேதி'' வாதமாகக் குறிப்பிடுவார்கள்.

இந்த எதிர்மறைக் குறிப்பில் சொல்ல முற்படும் செய்தி உலகம் மாயை, உலகின் பொருட்கள் மாயை, மனிதர்கள் மாயை, மனிதர்களின் செயல், சிந்தனை, வாழ்க்கை மாயை. உலகின் இயக்கமே மாயை - சூன்யம்.

ஏங்கல்ஸ் சொல்கிறார்:

''உலகம் முழுவதும் மிக நுண்ணிய பூத அணுவில் இருந்து மிகப்பெரிய தாவரம் வரை, மண்ணின் துகள்களில் இருந்து சூரியன் வரை, தாவரங்களில் இருந்து மனிதன் வரை இயல்பாகவே நிகழும் தோற்றமும், மறைவும்தான் இருக்கிறது. அவை இடைவிடாது ஓடும் ஓட்டத்திலும், ஓய்வே இல்லாத இயக்கத்திலும், மாறுதல்களிலும் மறைந்துகொண்டு இருக்கின்றன என்பதே பவுத்தர்களின் கருத்து'' - **இது இயங்கியல்.**

ஏங்கல்ஸ் குறிப்பிடும் பவுத்தம் தேரவாதம், மூலபவுத்தம். நேதி நேதி எனச் சொல்லப்படும் இயங்காவியலான இல்லாமையில், சூன்யத்தில், வெற்றிடத்தில், வெறுமையில் பிரம்மத்தை எப்படிப் பார்க்க முடியும்?

பதிலைப் பத்திரமாக வைத்திருக்கிறார் நாகர்ஜுனர்:

"சூன்யத்தில் இருந்துதான் பிரம்மத்தைத் தேட வேண்டும். அதைப் பார்க்க முடியாது. உணர வேண்டும்"

உணர்வு என்றால் என்ன - ?

ஆத்மா!

அத்வைத மகாயான பவுத்தத்தால், இப்பொழுது நம்முன் வந்து நிற்கிறது - "பிரம்மாத்மா".

17 பிரம்மாத்ம மகாயானம்

பிரம்மம், ஆன்மா என்ற இரண்டும் வேதாந்தத்தின் தத்துவக் குழந்தைகள். பிரம்மத்தை முன்னர் சிறிது பார்த்தோம். பிரம்மத்துடன் ஆன்மாவை இப்பொழுது பார்ப்போம்.

ஆன்மா என்றால் என்ன?

உடலுக்குள் அழிவில்லாத, நிலையான, உணர்ச்சி மிகுந்த ஒரு சக்தி இருக்கிறது. அது உடலுக்குள் இருந்தாலும், உடலில் இருந்து முற்றிலும் வேறான ஒன்று. அந்த சக்தி உடலில் இருக்கும்வரை, அது உடலுக்கு வெப்பத்தையும் செயல்திறனையும் தருகிறது.

அந்த சக்தி அந்த உடலில் இருந்து வெளியேறி வேறொரு உடலுக்குள் போய்விட்டால், இந்த உடல் குளிர்ச்சி அடைந்து, செயலற்று இறந்து விடுகிறது. இந்தச் சக்தியே ''ஆன்மா'' அல்லது ''ஆத்மா'' என்று அழைக்கப்படுவதாக ஆரிய வேதாந்த நூல்கள் கூறுகின்றன.

புத்தர் இதை ஏற்றுக் கொள்ளவில்லை, முற்றிலுமாக நிராகரித்தார்.

ஆத்மா என்று எதுவும் இல்லை. ஆத்மா அழிவில்லாத நிலையான ஒன்று என்பதையும் ஏற்றுக்கொள்ள முடியாது. உலகில் எது ஒன்றும் நிலையானது அல்ல. அனைத்தும் மாறுதலுக்கு உட்பட்டவை. ஒவ்வொன்றும் ஒவ்வொரு கணமும் மாறிக்கொண்டே இருக்கிறது. இந்த மாற்றம் அழிவில் (மரணத்தில்) முடிவுபெறும் என்ற வாதத்தை முன்வைத்து ஆன்மாவை மறுத்தார் புத்தர்.

"ஆன்மவாதத்தைப் புத்தர் தத்துவ தரிசனத்துக்கு ஒரு பெரிய அடிமை விலங்காக எண்ணினார். உண்மையான அறிவைப் பெற ஆன்மவாதத்தை விட்டொழிக்க வேண்டும் என்று அவர் கருதினார்" என்கிறார் ராகுல சாங்கிருத்தியன்.

ஆன்மாவைப் பற்றி புத்தர் என்ன சொல்கிறார்?

"துறவிகளே! மனிதன் கந்தங்கள் எனப்படும் தாதுக்களின் சேர்க்கையால் இருக்கிறான். அதன் காரணமாக அவன் உருவத்தையும், உணர்ச்சியையும், சிந்தனைத் திறனையும், நல்லவை தீயவை குறித்து அறியும் ஆற்றலையும் பெற்றிருக்கிறான். மனிதனிடத்தில் சிந்தனையைத் தவிர, அதற்கு மாறாக, தனியான ஆன்மா என்று ஒன்றும் இல்லை. ஆன்மாவைத் தேடி அலைவது தவறு. அது தவறான வழியிலேயே நம்மைக் கொண்டு செல்லும்" - இது மகாவக்க.

"உடல் ஆன்மா அற்றது. உடலில் புனித ஆன்மா இருந்திருந்தால், இந்த உடல் நோய்க்கு உட்படாது இருக்க வேண்டும். மாறாக, ஆன்மா அற்றதாக இருப்பதால்தான் உடல் நோய்க்கு உள்ளாகிறது" - இது சம்யுக்த நிகாய.

"மனிதன் பேதைமையாலும், மயக்கத்தாலும் தங்களிடம் ஆன்மா இருப்பதாகவும், அது எவ்விதச் சார்பும் இல்லாத தனித்துவமான ஒன்று என்றும் கனவு காண்கிறான். ஆனால் பகுத்து உணரும் நல்ல சிந்தனையாளன் அதற்கு ஆதாரம் இல்லை என்று கூறுகிறான். இதனால் இவன் உலகைப் பற்றிய சரியான சிந்தனையைப் பெறுகிறான், சரியாக முடிவு செய்கிறான்" - The Gospel of Budha - By Paul carus.

புத்தர் ஆன்மாவைக் கடுமையாக மறுக்கிறார் என்பதற்கு நிறைய சான்றுகள் இருக்கின்றன. ஆனால் அவற்றை எல்லாம் புறக்கணித்து விட்டு, சர்வபள்ளி டாக்டர் எஸ்.இராதா கிருஷ்ணன், "ஆன்மாவைப்

பற்றி புத்தர் மவுனமாக இருப்பதற்குக் காரணம், அவர் உபநிடதத்தில் சொல்லப்பட்டுள்ள ஆன்மா குறித்து ஒப்புக்கொள்ளவும் இல்லை மறுக்கவும் இல்லை'' என்று மழுப்பலாகச் சொல்கிறார்.

அத்துடன் ஆன்மாவின் மூல இடம் ''பரம்பொருள்'' என்ற இடத்துக்கும் அவர் செல்கிறார். பரம்பொருள் இங்கே பிரம்மமாக நிற்கிறது, வேதாந்தத்தின் வழிகாட்டலால்.

பிரம்மம், ஆன்மா குறித்து ஆதிசங்கரர் என்ன சொல்கிறார்?

''நீர் இல்லாத குடத்துக்குள் இருக்கும் வெற்றிடமும், அண்டவெளியில் இருக்கும் வெற்றிடமும் வேறுவேறு அல்ல, இரண்டும் ஒன்றே. அதுபோலவே மனிதனுக்குள் இருக்கும் ஆன்மாவும், பிரம்மமும் ஒன்றே'' என்கிறார் தன் அத்வைத வாதத்தால்.

இங்கே ஒரு கேள்வி எழுகிறது. நிலையற்ற மனிதனின் உடலில் இருக்கும் ஆன்மாவும் - பிரம்மமும் ஒன்று என்றால், பிரம்மமும், ஆன்மாவும் நிலையற்றவை என்றாகாதா? சங்கரரின் வாதம் முரண்படுகிறது.

கடல் வேறு, அலை வேறு. ஆனால் கடலின் ஓர் அங்கமாக அலை இருக்கிறது. அது கடலுக்குள் கலந்து விடுகிறது. அதுபோல பிரம்மம், ஆன்மா வேறு வேறாகத் தோன்றினாலும், பிரம்மத்துக்குள் ஆன்மா அடங்கும் என்று சொல்கிறார் அத்வைதத்தை உள்ளடக்கும் வசிஸ்டாத் வைத இராமானுஜர்.

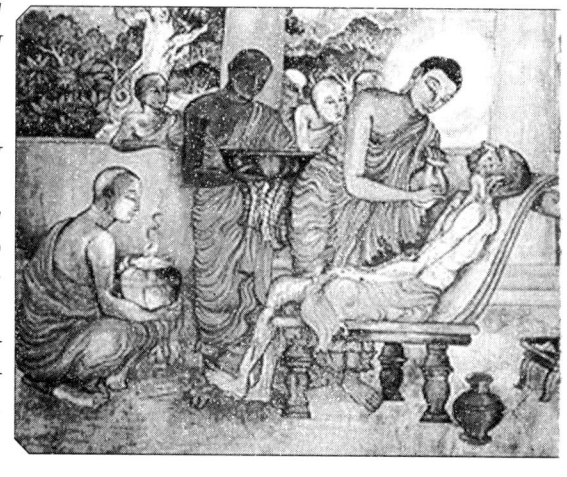

இவர்களின் நோக்கம் உபநிடத வேதாந்தத்தில் சொல்லப்பட்டுள்ள பிரம்மம், ஆன்மா இவைகளை நிலைநிறுத்தி, அதன்மூலம் ஆரிய ஆதிக்கத்தை நிலை நிறுத்துவதாக இருக்கிறது.

பிரம்மம், ஆன்மா ஆகியவற்றை புத்தர் முற்றிலுமாக நிராகரித்து ஒதுக்கியதால், அடங்கிப் போயிருந்த இந்த பிரம்மாத்ம வாதத்தை, பவுத்தத்தின் பெயராலேயே புனர்நிர்மாணம் செய்தார் நாகார்ஜுனர், மகாயான பவுத்தத்தின் மூலம்.

''புத்தர் இறந்த சில நூற்றாண்டுகளுக்குள், அவர் பெயரில் வழங்கும் கோட்பாடுகள் திடீரென திசைமாறிப் போயின. இந்த மாற்றத்தின் ஓர்

அம்சம், மனப்பூர்வமாகவே மூட நம்பிக்கைகளை வளர்த்துக் கொண்டதாகும்'' என்ற தேவிபிரசாத் சட்டோபாத்தியாயாவின் வாக்கு மூலம் சிந்தனைக்குரியதாகிறது.

அதாவது புத்தரின் மூல பவுத்தக் கோட்பாடுகளைத் திருத்தி, மாற்றி அல்லது புதிதாக நுழைத்து, மூடநம்பிக்கைகளை பவுத்தமாக்கியது மகாயானம் என்ற இடத்துக்கு இட்டுச் செல்கிறார் தேவி பிரசாத்.

அதை உறுதி செய்யும் வகையில் மகாயான ஆத்மவாதத்தைப் பவுத்த நூல்களில் காணலாம். சிலவற்றைக் காண்போம்.

''நான் என்பது ஆளும் தலைவன், ஆன்மா. அவன் அன்றி வேறு தலைவன் இல்லை'' - இது தம்மபதம்.

''தன் ஆத்மா, அரிய பொருள் என்று அறிந்து அதைப் போற்றிப் பாதுகாக்க வேண்டும்'' - இதுவும் தம்மபதம்.

''யோகம், ஞானத்தை உணர்பவன் ஆத்மாவுக்கு உறைவிடம் தந்து அறிவில் வளர்வான்'' - இதுவும் தம்மபதம்.

''ஆன்மாவைக் கொண்டே ஆன்மாவை விழிப்புறச் செய். தன்னைக் கொண்டே ஆன்மாவை ஆராய்வாய்'' - இதுவும் தம்மபதம்.

''ஆன்மாவை இகழாமல், இகழச் செய்யாமல் வாழ்பவன் உண்மைப் பொருளைக் காண்பான்'' - இது சூக்த நிபாத.

''ஆன்மாவையே தீபமாகக் கொண்டு, அதனையே சரணடைந்து, தர்மத்தையே தீபமாகக் கொண்டு, அதனையே சரணடைந்து முன்னேறுங்கள்'' - இது சம்யுக்த நிகாய.

''ஆன்மாவின் வெளிச்சத்தில் நட. தர்மத்தை விளக்காகக் கொள். இதனையே சரண்புகுவீர். இதனைக் கடைப்பிடியுங்கள். பயிலுங்கள். சாவே இல்லை என்ற குன்றில் ஏறி நிற்பீர்கள்'' - இது திக் நிகாய.

இதில் சாவே இல்லை என்ற வாதம், புத்தருக்கு நேர் எதிராக அமைகிறது. இது மகாயானம்.

புத்தரின் தேரவாத மூலபவுத்தம் பிரம்மத்தை, ஆன்மாவை, மறுபிறப்பை, கர்மவினை என்ற வினைப்பயனை மறுத்து, பவுத்தத்தை பகுத்தறிவுச் சிந்தனையோடு உருவானது.

நாகர்ஜுனரின் மகாயான எதிர்பவுத்தம் மேற்சொன்னவைகளை உள்ளடக்கி, மூடச் சிந்தனையோடு வளர்ந்தது.

பிரம்மம், ஆன்மா இரண்டையும் தீண்டாமையைத் தோற்றுவித்த வடிவமாகப் பார்க்கிறார் பேராசிரியர் ந.முத்துமோகன். அவரின் கூற்று சரி என்றாலும், அதை ஆதிக்கத்தின் உருவமாகப் பார்ப்பது இன்னும் பொருத்தமாக இருக்கும்.

ஆரியர்கள் இறைவனுடன் தொடர்பு கொண்டவர்களாகத் தம்மை சொல்லிக் கொள்வதால் அவர்களுக்குத் தீண்டாமை இல்லை.

சத்திரியர், வைசியருக்கு ஒரு சமூக அங்கீகாரம் கிடைத்துள்ளதால், அவர்களுக்கும் தீண்டாமை இல்லை.

சூத்திரர்கள் ஒடுக்கப்பட்டவர்களாக தீண்டாமைக்கு உள்ளாகிறார்கள்.

மேற்சொன்ன சதுர்வர்ணத்தில் தீண்டாமை வேறுபடுவதால், பிரம்மம், ஆன்மா என்ற இரண்டும் தீண்டாமையைத் தோற்று வித்தன என்பதில் சற்று நெருடல் ஏற்படுகிறது.

பிரம்மம், ஆன்மா என்ற இரண்டும் ஆதிக்கத்தின் வடிவம் என்றால் பொருந்தும். ஆரியர் அல்லாத ஒட்டு மொத்த திராவிடர்களையும் அறியாமைக்கு உள்ளாக்கி, கடவுள் பயத்தை உண்டுபண்ணி, ஆரியத்தின் யாகம், சடங்குகள், பூசைகள், சாத்திரங்கள் ஆகியவற்றை ஏற்கச்செய்து, ஆரியர்க்குத் திராவிடரை அடிபணியச் செய்யும் சூழ்ச்சியின் வழியே இந்த பிரம்மம், ஆன்மா என்ற அதிகார வடிவம்.

அதனால்தான் உபநிடத வேதாந்தத்தின் பிரம்மத்தையும், ஆன்மாவை முழுமையாக உள்ளடக்கிய பிரம்மாத்ம மகாயானம், ஆரிய வாதத்தை முன்னெடுத்து, திராவிடப் பவுத்தத்துடன் போராட்டத்தை நிகழ்த்தத் தொடங்கியது.

கி.மு. 6ஆம் நூற்றாண்டில் ஆரியத்துக்கு எதிராக முதல் போராட்டத்தைத் தொடங்கினார் புத்தர். கி.மு. 2ஆம் நூற்றாண்டில் திராவிடத்துக்கு எதிரான போராட்டத்தைத் தொடங்கினார் நாகார்ஜுனர். அதன் வடிவமே அத்வைத ''பிரம்மாத்ம மகாயானம்''.

இன்றும் போராட்டம் தொடரத்தான் செய்கிறது.

18. பவுத்தப் பேரரசர் அசோகன்

மவுரியப் பேரரசை நிறுவிய சந்திரகுப்த மவுரியரின் பேரன், பிந்துசார அமித்ரகாதரின் மகன் அசோகவர்தனர், மவுரியப் பேரரசின் மூன்றாம் பேரரசராக முடிசூடினார்.

கி.மு.273ஆம் ஆண்டு அவர், ஆட்சிப் பொறுப்பை ஏற்றார். அதன்பின் நான்கு ஆண்டுகள் கழித்து கி.மு.269ஆம் ஆண்டில் முறைப்படி மகுடம் சூடிக்கொண்டார். 41 ஆண்டுகள் ஆட்சி செய்த அவர், கி.மு.232ஆம் ஆண்டு மறைந்தார். எங்கே, எப்போது, எப்படி மறைந்தார் என்பது குறித்து ஏதும் அறிய முடியவில்லை.

"இந்தியாவின் வரலாறு இரண்டு சமயங்களுக்கு இடையே - புத்த சமயத்துக்கும் பிராமணியத்துக்கும் இடையே நடந்த கடும் போராட்டமே அன்றி வேறல்ல" என்கிறார் டாக்டர் அம்பேத்கர்.

ஆரியத்துக்கு எதிராக ஒரு சமநீதிப் போராட்டத்தை முதலில் தொடங்கினார் புத்தர். அவரின் மறைவுக்குப் பின், இருநூறு ஆண்டு களில், அவரின் வழியில் அதே போராட்டத்தைத் தலைமை ஏற்று நடத்தி இருக்கிறார் பேரரசர் அசோகர்.

இது குறித்து டாக்டர் அம்பேத்கர் சுவைபடச் சொல்கிறார். அதைக் கேட்போம்.

''அசோகர் பவுத்தத்தை அரசின் சமயமாக்கினார். இது இயல்பாக பிராமணியத்தின் மீது விழுந்த மிகப்பெரிய அடியாக ஆயிற்று. அசே ாகரின் பேரரசில் பிராமணர்கள் அரசின் ஆதரவுகள் அனைத்தையும் இழந்து, இரண்டாம் இடத்துக்குத் தள்ளப்பட்டு, குறுநிலையை அடைந்தார்கள். உண்மையிலேயே அவர்கள் ஒதுக்கப்பட்டிருந்ததற்குக் காரணம், அசோகர், பிராமண சமயத்தின் உயிரம்சமான உயிர்ப்பலிகள் அனைத்தையும் தடை செய்ததே என்று கூறலாம். பிராமணர்கள் அரசு ஆதரவை இழந்தது மட்டுமின்றி, தங்களின் தொழிலையும் இழந்தார்கள். யாகங்கள் நடத்துவதே அவர்களின் முக்கியத் தொழிலாக இருந்தது. இதற்குத் தட்சணையாக அவர்கள் பொருள் பெற்றுக் கொண்டார்கள். இந்த தட்சணை பல சமயங்களில் மிகவும் கணிசமாக இருந்தது. இதுவே அவர்களின் வாழ்க்கைக்கு முக்கிய ஆதாரமாக இருந்தது. எனவே பிராமணர்கள் மவுரியப் பேரரசில் சுமார் 140 ஆண்டு காலம் ஒடுக்கப்பட்ட, தாழ்த்தப்பட்ட வகுப்பு மக்களாகவே வாழ்க்கை நடத்தி வந்தார்கள்'' என்று சொல்லும் அம்பேத்கர் ஓர் அடிக்குறிப்பைத் தருகிறார்.

அந்தக்குறிப்பில், ''மவுரிய ஆட்சியில் பிராமணர்களுக்கு ஏற்பட்டிருந்த தாழ்வு மனப்பான்மை, மனுஸ்மிருதியில் மனு அவர்களுக்காகக் கேட்கும் சிறப்பு உரிமைகளில் இருந்து தெளிவாகப் புலனாகிறது. அவர்களுடைய இந்தத் தாழ்வு மனப்பான்மைக்கு அவர்களது தாழ்த்தப்பட்ட நிலை காரணமாக இருந்திருக்க வேண்டும்'' என்று விளக்கம் தருகிறார் அவர்.

உயிர்களைக் கொல்லக்கூடாது என்று அசோகர் பிறப்பித்த ஆணையால், குதிரைகள், மாடுகள் போன்ற விலங்கினங்களை அதிகமாகப் பலியிட்டு நடத்தும் யாக வேள்விகளை ஆரியர்களால் நடத்த முடியவில்லை.

யாகங்கள் தடைப்பட்டதால், சமயச்சடங்குகளும், புரோகிதச் சடங்குகளும் தடையாகிப்போயின.

இவற்றை வைத்து உடல் உழைப்பு சிறிதும் இல்லாமல், மக்களை ஏய்த்துப் பெரும் பொருள்களை, தட்சணை என்ற பெயரில் பெற்றுக் கொண்டிருந்த சுரண்டல் தடுக்கப்பட்டது.

இதனால் அசோகரின் ஆட்சியில் ஆரியர்களின் வேதசமய வழக்கங்களும், அவர்களின் இலட்சிய சமுதாயக் கோட்பாடுகளும் நிலைகுலைந்து தாழ்ந்த நிலைக்குப் போய்விட்டார்கள் என்பதை மறுக்க முடியாது. இதை ஆரிய சக்திகளால் பொறுத்துக்கொள்ள முடியுமா?

வினாயக் தாமோதர சாவர்க்கார். இவரை வீரசாவர்க்கார் என்றும் சொல்வார்கள்.

1934-1942 வரை அகில பாரத ஹிந்து மகாசபையின் தலைவராக இருந்தவர் இவர். இந்தியாவை ஹிந்து ராஷ்டிரமாக மாற்றிட, ''ஹிந்து பத பாத ஷாஹி'' ''ஹிந்துத்துவா'' போன்ற நூல்களை எழுதிய ஓர் இந்துத்துவாதி. அசோகரைப் பற்றி என்ன சொல்கிறார் இவர்?

''புத்த சமயத்துக்கு மாறியபின் அசோகர், அகிம்சை மற்றும் அதனுடன் தொடர்புடைய ஒருசில புத்த சமயக் கொள்கைகளைத் தீவிரமாகப் பிரசாரம் செய்ததன் விளைவாக, பாரதீய அரசியல் கண்ணோட்டம், அதன் அரசியல் சுதந்தரம், பாரதீய பேரரசு போன்ற கொள்கைகளுக்குச் சொல்லொணாக் கேடு விளைந்தது''

''அசோகர் அரசியல் அதிகாரத்தைப் பயன்படுத்தி, வரம்பற்ற அகிம்சையை வற்புறுத்தி, பேரரசு முழுவதிலும், அதன் எல்லைகளுக்கு அப்பாற்பட்ட நாடுகளிலும் அமல் செய்ததால், பாரதீய ஆணிவேர் வெட்டப்பட்டது போன்ற நிலை ஏற்பட்டது''.

''உயிர்ப்பலியை ஏற்றுக்கொண்டுள்ள சமய சடங்குகளைப் பேரரசு முழுவதும் அசோகர் தடை செய்தார். வேள்விகள் வேத சமயத்தின் உயிர்மூச்சு ஆகும். அதன் அடிப்படையில்தான் பாரதீய பண்பாடு வேதகாலம் முதல் தொடர்ந்து வாழ்ந்து வருகிறது''.

"வேத சமயப் பழக்கவழக்கங்கள் அனைத்தும் தண்டனைக்கு உரியன என்று அசோகர் அறிவித்தார். வேத சமயப் பழக்க வழக்கங்கள் தீட்டானவை என்று பவுத்தர்கள் அதைப் புறக்கணித்தார்கள். ஆனால் அவை வேத சமயத்தின் அஸ்திவாரமாகும்''.

''புத்த சமயக் கோட்பாடுகளைப் பின்பற்றுவதால், தேசிய பலத்தையும், சமுதாயத்தின் அடிப்படைகள் முழுவதையும் கோரமாகப் பாதிக்கும் கடும் விளைவுகள் ஏற்படும் என்று அசோகருக்கு ஏறத்தாழ ஐம்பது ஆண்டுகளுக்கு முன்னரே சாணக்கியர் உணர்த்தி இருக்கிறார்''.

''சாதி, இனம், தேசியம் போன்ற வேறுபாடுகளை பவுத்தர்கள் அங்கீகரிக்கவில்லை. பவுத்த மதப் பிரசாரகர்கள் இத்தகைய தேசவிரோத, பாரதீயப் பண்பாட்டுக்கு விரோதமான, தவறான வழியில் பாரத குடிமக்களைத் திசைதிருப்பி ஏமாற்றி வந்தார்கள்''.

''அசோகரின் பிரசாரத்தினால் மட்டும் அல்லாமல், புத்தரின் கருத்துகளாலும் ஏற்பட்ட கடும் விளைவுகளையும் பாரதம் துரதிஷ்டவச மாகத் தாங்கவேண்டிய கஷ்ட காலம் ஏற்பட்டது''.

பவுத்தப் பேரரசர் அசோகருக்கு எதிரான இவரின் விமரிசனத்தில், ''பாரதீய பண்பாடு வேதகாலம் முதல், வேள்விகள் வேதசமயத்தின் உயிர் மூச்சு, வேத சமயத்தின் அஸ்திவாரம், சாதி இன தேசியத்தை பவுத்தம் அங்கீகரிக்காதது தேச விரோதம், பாரதீயப் பண்பாட்டு விரோதம், பவுத்தம் பாரதத்தின் துரதிர்ஷ்டம்'' என்பன போன்ற சொற்களைப் பயன்படுத்தியிருப்பதன் மூலம் சாவர்க்கர் ஏன் பவுத்தப் பேரரசரைத் தாக்குகிறார் என்பதைப் புரிந்துகொள்ள முடியும்.

சாவர்க்கார் ஒன்றும் சாதாரண ஆள் இல்லை. இந்துத்துவாவின் மூலவர்களுள் ஒருவர்.

ஆரியர்களின் சொந்தத் தாயகம் எது என்று வரலாற்று ஆய்வாளர்கள் இதுவரை அறுதியிட்டுச் சொல்லவில்லை. வால்கா பகுதியில் இருந்து பாரசீகம், ஆப்கானிஸ்தான் வழியாக இந்தியாவுக்குள் நுழைந்த ஆரியர்கள், தொடர்ந்து இங்கேயே தங்கி, இந்தியாவை ஆரிய மயமாக்கி, ஓர் ஆரியப் பேரரசை நிறுவ முயன்றார்கள்.

அதை முதன்முறையாகத் தகர்த்தவர் புத்தர். தகர்த்தது பவுத்தம்.

சாவர்க்காரின் மொழியில் சொல்ல வேண்டுமானால், ''அகண்ட பாரதீய இந்து ராஷ்டிரம்'' உருவாக வேண்டிய இந்தியாவில்,

தமிழகம் நீங்கலாக, ஆப்கானிஸ்தான் வரை இந்தியாவில் ஒரு பரந்த பவுத்தப் பேரரசை உருவாக்கி, ஆரியத்தின் வலிமையை சீர்குலைத்து விட்டார் பேரரசர் அசோகர் என்ற காட்டம்தான் சாவர்க்காரின் பவுத்த அசோக எதிர்ப்பு. இதை ஆரியத்தின் எதிர்ப்பாகத்தான் கருதமுடியும்.

இந்தத் தாக்கம் இலங்கையில் கி.பி.6ஆம் நூற்றாண்டிலேயே எதிரொலித் திருக்கிறது. எதிரொலிக்கிறது.

இலங்கையின் பவுத்த நூலாகக் கருதப்படும் மகாவசம்ச அத்தியாயம் 5, 189ஆம் சூத்திரத்தில், அசோகன் கொடும் பாதகன் என்ற பொருளில் ''சண்டாள அசோக'' என்று தூற்றப் பட்டிருக்கிறார்.

சண்டாளன் என்பதற்கு சூத்திரன், வேசிமகன் என்று விளக்கம் தருகிறது மனுஸ்மிருதி. இங்கு பேரரசர் அசோகர் சண்டாளன் என்ற இடத்தில் வைக்கப்படுகிறார் சிங்கள மகாநாமனால். என்ன காரணம்?

வின்சன்ட் ஸ்மித் ஒரு குறிப்பு தருகிறார்.

''மகாவம்ச அத்தியாயம் 5ன்படி பவுத்தர்களின் வகைப்பாடு மாறுபடுகிறது-. இத்சிங் என்பவரின் கருத்துப்படி இலங்கை பவுத்தர்கள் அனைவரும் ஆர்ய ஸ்தரீர நிகாய என்ற பிரிவில் வருகின்றனர்.''

ஸ்மித்தின் கருத்தை உறுதி செய்கிறது மகாவம்சம். அந்த நூல் முழுவதும் சிங்களரின் ஆரியச் சார்பு நிலையே காணப்படுகிறது.

பவுத்தத்தை புத்தரே நேரில் வந்து இலங்கையில் போதித்தார் என்று முதல் அத்தியாயம் சொல்கிறது. பிறகு சங்கமித்ரையும், மகிந்தரும் பவுத்தத்தை இலங்கைக்குக் கொண்டுவந்தார்கள் என்கிறது மகாவம்சம். அதுவும் மொகாலியின் மகன் திஸ்சா என்பவரால்தான் மகிந்தனும், சங்கமித்திரையும் இலங்கைக்கு அனுப்பி வைக்கப்பட்டார்கள்

என்று சொல்லும் மகாவம்சம், அசோகரின் பெயரை மறைத்துவிட்டது.

உண்மையில் சங்கமித்திரை என்ற பெண் அசோகரின் மகளே அல்ல. இது ஒரு கற்பனைப் படைப்பு. மகிந்தன் அசோகரின் இளைய தம்பி. அசோகரின் மகன் அல்ல என்கிறார் வின்சன்ட் ஸ்மித்.

"மகிந்தன், சங்கமித்திரை என்ற இருவரும், வரலாற்றை ஏற்படுத்த வேண்டும் என்ற நோக்கத்தில் பவுத்த நிறுவனங்களால் உருவாக்கப்பட்ட பாத்திரங்கள். அசோகரோடு இவர்களைத் தொடர்பு படுத்துவதால் கற்பனை வரலாறு, மேலும் வலுவடையும். சரித்திரக் கதைகள் சாதாரண நிகழ்வுகளை மேலும் மிகைப்படுத்திக் காட்டும்" என்கிறார் பேராசிரியர் ஓல்டன் பர்க்.

அசோகரின் கல்வெட்டுகளில் இடம்பெறாத மகிந்தனும், சங்கமித்ரையும் மகாவம்சத்தால் உருவாக்கப்பட்டவர்கள் என்பது கவனிக்க வேண்டிய செய்தி. அதாவது, அசோகரைப் புறக்கணிக்க உருவாக்கப்பட்டவர்கள். இதுவும் ஆரியத்தின் சூழ்ச்சி.

புத்தரின் வீரவாளான பேரரசன் அசோகரை ஆரியம் எதிர்க்கத்தான் செய்யும். பவுத்தப் போர்வையில் ஆரியச் சிங்களமும் எதிர்க்கத்தான் செய்யும் - வெல்ல முடியாது.

உண்மையில் அசோகர் ஆரியத்தின் சிம்ம சொப்பனம்.

19 புஷ்யமித்ர சுங்கன்

இந்தியாவை 137 ஆண்டுகள் மவுரியர்கள் ஆட்சி செய்தார்கள். இதில் 85 ஆண்டுகள் பவுத்தம் ஆட்சித் தலைமையில் இருந்தது. அசோகரின் மறைவுக்குப் பின்னர், மவுரியப் பேரரசராக முடிசூடிய அசோகரின் பேரர் தசரத மவுரியர் தொடங்கி பிரிஹத்ரத மவுரியர் வரை 44 ஆண்டுகள் நடைபெற்ற மவுரிய பவுத்தப் பேரரசு, படிப்படியாக வலிமை குன்றியதுடன், பேரரசின் எல்லைகளும் குறுகிப் போயின. கி.மு.188இல் புஷ்யமித்ர சுங்கன் உருவத்தில் பவுத்த மவுரியப் பேரரசு முடிவுக்கு வந்தது.

புஷ்யமித்ரன் ஓர் ஆரியன். இவன் சுங்க வம்சத்தைச் சேர்ந்தவன். சுங்கர்கள் சாமவேதி பிராமணர்கள் என்கிறார் ஹரிபிரசாத் சாஸ்திரி.

சாமவேதிச் சுங்கர்கள் விலங்குகளைப் பலியிட்டு நடத்தும் யாகம், சோமயாகம் போன்றவற்றை அசைக்க முடியாத நம்பிக்கையுடன் செய்து வருபவர்கள். பேரரசர் அசோகரின் ஆணைப்படி உயிர்ப்பலி, யாக வேள்விகள், சடங்குகள், புரோகிதம் போன்றவை தடை செய்யப்பட்டதால், சுங்கர்கள் மட்டுமல்லாமல் மொத்த ஆரியமும் செய்வதறியாது குமுறிக்கொண்டிருந்தது.

முக்கியமாக ஆரியர்களின் சதுர்வருணக் கோட்பாடு பவுத்த ஆட்சியில் நிலைகுலையத் தொடங்கியிருந்தது. ஆரியர்களின் இலட்சிய சமுதாயக் கோட்பாடு இதன்மூலம் தகர்வதை அவர்களால் சகித்துக்கொள்ள முடியவில்லை.

இந்த நிலையில் பவுத்தப் பேரரசின் கடைசி மன்னனான பிரிஹத்ரத மவுரியரின் படைத் தலைவனாக இருந்த புஷ்யமித்திரன், திட்டமிட்ட சதியின் மூலம் மன்னரைக் கொலை செய்து ஆட்சியைக் கைப்பற்றிக் கொண்டான்.

இது திட்டமிட்ட கொலைதான் என்பதை சாவர்கர் ஒப்புக் கொள்கிறார். இதோ அவரின் வாக்குமூலம்:

"வரலாற்றினால் விளக்கப்படாத யாதோ ஒரு காரணத்தினால் பிரிஹத்ரத மன்னன் அமர்ந்திருந்த இடத்துக்கு அருகில் சிறு குழப்பம் நிகழ்ந்தது. பரபரப்பான இவ்வேளையில், பெயரளவில் அரசராகப் பதவியேற்றிருந்த பிரிஹத்ரத மவுரியனை நோக்கி அணிவகுத்துச் சென்று, படைத்தலைவரான புஷ்யமித்ரர் அரசருடைய தலையைக் கொய்து கொன்றார்''.

வரலாற்றில் விளக்கப்படாத ஏதோ ஒரு சிறு குழப்பமாம், அதை அடக்குவதை விட்டுவிட்டுப் படைத் தலைவன் மன்னனைக் கொன்றானாம். திட்டமிட்ட சதி இதன் பின்புலத்தில் இருப்பதைப் புரிந்துகொள்ளலாம்.

இதோ சாவர்கரின் இன்னொரு வாக்குமூலம்:

"அசோகரின் வழித்தோன்றலான பிரிஹத்ரத மவுரியரைக் கொலை செய்ததன் மூலம் ஒரு தேசியக் கடமையைப் புஷ்யமித்ரர் நிறைவேற்றி இருந்தார்''... "பிராமணர்கள், சத்திரியர்கள் மற்றும் ஏனைய இந்து மக்கள் புத்த சமயக் கோட்பாடுகளின் மீது... அருவெறுப்பும் வெறுப்பும்

கொண்டதற்குத் தத்துவ விசாரணை அல்லது அறிவாற்றல் விவாதம் காரணம் அல்ல. மாறாக, அதற்குக் காரணமாக அமைந்தது தேசியம் மற்றும் அரசியல் காரணங்களே ஆகும்''.

இந்தியா, ஒரு மொழி பேசும், ஒரு இனமக்கள் வாழும் ஒரே நாடாக இருந்ததில்லை. பல்வேறு மொழிகள் பேசும், பல்வேறு இனங்கள் வாழும் ஒரு நிலப்பரப்பு. அந்தந்த நிலப்பரப்புகளில் வாழும் மக்கள், அவர்கள் பேசும் மொழி, இனம் சார்ந்துதான் தேசியம் அமையப் பெற்றிருக்கிறது.

சமஸ்கிருதம் பேசும் ஆரிய இனம் சார்ந்த மக்கள் வாழும் நிலப்பகுதி (நாடு - மாநிலம்) இந்தியாவில் எங்கும், என்றும் இருந்ததில்லை. அதனால் அவர்களுக்குத் தனித் தேசியம் இல்லை. தமிழ் பிராமணர், மலையாள பிராமணர், கன்னட பிராமணர், தெலுங்கு பிராமணர் என்று அவர்களே தங்களை இன்னும் பிரித்து அழைத்துக் கொண்டிருப்பதைப் பார்க்கலாம்.

அதனால்தான் இந்தியா முழுவதிலும் ஒரு தேசியத்தை உருவாக்கி, அதற்குத் தாமே சொந்தம் கொண்டாடி, பவுத்தத்தால் சரிந்துபோன சதுர்வருணத்தை மீண்டும் நிலைநிறுத்தவேண்டும் அதன்வழியாக, அகண்ட பாரதீய இந்து ராஷ்டிரத்தை உருவாக்கும் ஆரியத்தின் நோக்கம்தான் அன்றே பிரிஹத்ரத மவுரியனைக் கொலை செய்திருக்கிறது. அதுதான் புஷ்மித்ரனின் தேசியக் கடமையாக இருந்திருக்கிறது என்பதை சாவர்க்கரின் எழுத்துகள் உறுதி செய்கின்றன.

பேராசிரியர் வின்சென்ட் ஸ்மித், கவி பாணாவை மேற்கோள் காட்டி, புஷ்யமித்ர சுங்கன், அவனுடைய மன்னன் பிரிஹத்ரத மவுரியரைக் கொன்ற செயல் அநாகரிகமானது, ஆரியச் சட்டத்துக்கு முரணானது என்று சொல்கிறார்.

அப்போது இருந்த ஆரியச் சட்டம் என்ன சொல்கிறது?

அதுகுறித்து டாக்டர் அம்பேத்கர் சொல்கிறார்:

1. சத்திரியனுக்கு மட்டுமே மன்னனாகும் உரிமை உள்ளது. பிராமணன் ஒருபோதும் மன்னன் ஆக முடியாது.
2. மன்னனின் அதிகாரத்தை எதிர்த்துக் கிளர்ச்சி செய்யக்கூடாது, அது பாவம்.
3. எந்த ஒரு பிராமணனும் ஆயுதம் ஏந்தக்கூடாது.

ஆபஸ்தம்ப தர்ம சூத்திரம், ''ஒரு பிராமணன் எந்த ஒரு ஆயுதத்தையும் சாதாரணமாகப் பார்ப்பதற்குக்கூட அதைக் கையில் எடுக்கக் கூடாது'' என்று தெளிவாகக் கூறுகிறது.

பவுத்த மவுரிய மன்னனுக்கு எதிராகக் கிளர்ச்சி செய்து, அவரை கொலைக் கருவியால் கொன்று, மன்னனாக முடிசூடியதன் மூலம் புஷ்ய மித்திரன் ஆரியச் சட்டத்தை முழுமையாக மீறிவிட்டான்.

இங்கு ஒரு செய்தியை கவனிக்க வேண்டும். புஷ்யமித்திரன் மவுரிய மன்னனைத் திடீரெனக் கொல்லவில்லை.

படைத்தலைவனாகவோ, மன்னனாகவோ பிராமணன் உரிமை கோரக்கூடாது என்பதுடன், ஆயுதத்தைக் கையால் தொடவும் கூடாது என்று ஆரியச் சட்டம் சொல்லும்போது, அதை மீறி, அரசப் படையின் தலைவனாக புஷ்யமித்திரன் பதவி ஏற்றதும், ஆயுதம் ஏந்தியதும், பின்னர் மன்னனைக் கொலை செய்ததும், முன்கூட்டிய புஷ்யமித்ரனின் திட்டமிட்ட சதி என்பது வெளிப்படையாகப் புலனாகிறது.

புஷ்யமித்ரனின் இந்தச்செயலைக் குறிப்பிடும் கவிபாணா, அவனை இழிபிறப்பாளன் என்று சொல்வது கவனிக்கத்தக்கது.

புஷ்யமித்ரன் ஆரியச் சட்டத்தை மீறினான். எதிர்காலத்தில் இந்தியாவை ஆரியத்தின் ஆதிக்கத்தில் கொண்டு வர புஷ்யமித்ரனின் செயலை நியாயப் படுத்தும் வேலையில் ஆரியம் இறங்கியது. அதாவது, முந்தைய ஆரியச் சட்டம் இருட்டடிப்புச் செய்யப்பட்டு, புதிய சட்டம் உருவாக்கப்பட்டது - அது மனுஸ்மிருதி.

டாக்டர் அம்பேத்கரின் ஆய்வின் அடிப்படையில் சுமதி பார்கவா என்பவனின் புனைப்பெயரே மனு. அம்பேத்கர் சொல்வதைக் கேட்போம்,

''இந்த சுமதி பார்கவா இந்தச் சட்டத்தொகுப்பை எப்போது இயற்றினார்? இது இயற்றப்பட்டக் காலத்தைத் துல்லியமாகக் குறிப்பிட்டுச் சொல்ல இயலாது என்றாலும், நன்கு வரையறுக்கப்பட்ட ஒரு கால அளவைக் குறிப்பிட முடியும். தேர்ந்த அறிஞர்களின் கருத்துப்படி சுமதி பார்கவா திட்டமிட்டே மனுஸ்மிருதி என்று பெயர் சூட்டிய இந்நூலை கி.மு.170க்கும் கி.மு.150க்கும் இடைப்பட்ட காலத்தில் இயற்றியிருக்க வேண்டும். புஷ்யமித்ரனின் பிராமணியப்புரட்சி கி.மு.185ல் நடந்தது என்பதை நினைவில் கொண்டால், மனுஸ்மிருதி என்ற தொகுப்பு மவுரியர்களின் பவுத்த அரசுக்கு எதிரான பிராமணியப் புரட்சியின் கோட்பாடுகளை எடுத்துக் கூறுவதற்காக, புஷ்யமித்ரனால்

பிரகடனம் செய்யப்பட்டது என்பதில் எந்த சந்தேகமும் இருக்க முடியாது... மனுஸ்மிருதி ஒரு புதிய சட்டத் தொகுப்பாகும், அது, முதன் முதலாகப் புஷ்யமித்ரனின் ஆட்சியில்தான் வெளியிடப்பட்டது''.

இந்த மனுஸ்மிருதி சொல்கிறது:

''அரசின் படைத்தலைவராக இருப்பதற்கும், அரசாங்கத்துக்கே தலைவராக இருப்பதற்கும், அனைவரின் மீதும் பேராதிக்கம் செலுத்துவதற்கும் பிராமணனுக்குத் தகுதி உண்டு'' ***(12-100).***

''அரசன் பிராமணர்களுக்கு எதிராக இரும்புக் கரத்தைப் பிரயோகித்தால், பிராமணனே அவனை(மன்னனை)த் தண்டிக்கலாம்'' ***(9-320).***

''இருபிறப்பாளர் (ஆரியர்) வகுப்புக்குப் பேரிடர் ஏற்பட்டால் அவர்கள் ஆயுதம் ஏந்தலாம்'' ***(8-348).***

ஆயுதத்தைக் கையால் தொடவே கூடாது என்ற பழைய ஆரியச்சட்டம், புஷ்யமித்ரனின் செயலை நியாயப்படுத்தும் பொருட்டு, மறைக்கப்பட்டு, புதிய மனுஸ்மிருதி உருவானது. இது பவுத்தத்துக்கும் பவுத்தர்களுக்கும் எதிரான கருத்துகளைப் பகிரங்கமாகச் சொன்னது.

மன்னனைக் கொல்லும் செயலைப் புஷ்யமித்திரன் செய்ததன் நோக்கம், புத்தமதம் அரசு மதமாக இருப்பதை ஒழித்துக்கட்டுவதும், பிராமணர்களை இந்தியாவின் இறையாண்மை பெற்ற ஆட்சியாளராக ஆக்குவதும்தான் என்ற அம்பேத்கரின் பார்வையை, மேற்சொன்ன மனுஸ்மிருதி உறுதி செய்கிறது. விளைவு?

புஷ்யமித்திரன் ஒவ்வொரு புத்தத் துறவியின் தலைக்கும் 100 பொற்காசுகள் விலையாக வைத்தான்.

''வைதீக வெறியும், பிறமத வெறுப்பும் கொண்ட சுங்கப் பேரரசர்களின் ஆட்சியில் பவுத்தர்களின் நிலைமை எப்படி இருந்தது என்பதைக் கற்பனைகூட செய்துபார்க்க முடியாது. பல பவுத்தர்கள் இப்போதும்கூட புஷ்யமித்ரன் பெயரை மிகவும் வெறுப்போடு, சாபமிடும் முறையில்தான் உச்சரிக்கிறார்கள் என்று சீன ஆதாரங்களில் இருந்து தெரிகிறது'' ***என்கிறார் ஹரிபிரசாத் சாஸ்திரி.***

1. ***ஆட்சி செய்வதற்கும், மன்னனைக் கொல்வதற்கும் பிராமணனுக்கு உரிமை உண்டு என்பதை அது நிலைநிறுத்தியது.***

2. பிராமணர்களைத் தனிச்சலுகை பெற்றவர்களின் ஒரு வகுப்பாக ஆக்கியது.
3. வர்ணத்தைச் சாதியாக மாற்றியது.
4. வெவ்வேறு சாதிகளிடையே போராட்டங்களையும், சமூக விரோத உணர்வையும் உருவாக்கியது.
5. சூத்திரர்களையும் பெண்களையும் தாழ்ந்த நிலைக்குத் தள்ளியது.
6. படிப்படியான ஏற்றத்தாழ்வு முறையைத் தோற்றுவித்தது.

இப்படி பட்டியலிடும் டாக்டர் அம்பேத்கர், புஷ்யமித்ரனின் நோக்கம் பழைய சமூக முறையான சதுர்வருணத்தை மீண்டும் நிலைநிறுத்துவதே ஆகும் என்கிறார் மிக அழுத்தமாக.

பவுத்தம், சூழ்ச்சியால் சுங்கனிடம் சரிந்தாலும், இன்றுவரை அது ஆரியத்துக்கு எதிரான போராட்டத்தில்தான் நிற்கிறது.

20

பவுத்தம்: ஆரிய திராவிடப் போரின் தொடக்கம்

பேராசிரியர் ரைஸ் டேவிட்ஸ், பேராசிரியர் வில்லியம் கெய்கர், டர்னர், போடே போன்ற அறிஞர்களால் சரிபார்க்கப்பட்டு, செப்பம் செய்யப்பட்டு, பாலி மொழியில் இருந்து மொழிமாற்றம் செய்யப்பட்ட ''மகாவம்ச'' என்ற நூலை, 1912ஆம் ஆண்டு பாலி நூற்கழகத்தின் மூலம் ஆங்கிலத்தில் வெளியிட்ட இலங்கை சிங்கள அரசு, அந்த நூலை இலங்கையின் அதிகாரப்பூர்வ, புனித வரலாற்று நூலாக அறிவித்தது.

கி.பி. 6ஆம் நூற்றாண்டில் இலங்கையை ஆட்சி செய்த தாதுசேனனின் ஆட்சியின் இறுதியில், மகாநாம என்ற இலங்கை பவுத்த துறவியால் இந்த நூல் இயற்றப்பட்டது.

உண்மைக்கு மாறான பொய்கள், புரட்டல்கள், ஆரிய மாயாஜாலங்கள், கொலை வெறித் தாண்டவங்கள், காம விரசங்கள் போன்றவைகளை உள்ளடக்கும் புராணங்களின் பவுத்த வடிவமே இந்த மகாவம்ச(ம்). இவற்றின் ஊடாக தமிழர்களுக்கு எதிரான இனப்பகையை மிக வலிமையாக முன்னெடுத்திருக்கிறது இந்த நூல்.

பண்டைய தமிழர்களின் தொன்மையான வரலாறுகளைச் சங்க இலக்கியங்கள், காப்பியங்களின் உரையாசிரியர்கள் மூலம் அறிகிறோம்.

இலங்கையின் தொன்மை வரலாறை அறிய இதுபோன்ற அல்லது வேறு ஆவணங்கள் ஏதும் கிடைக்கவில்லை.

ஆரியர்களின் வேதநூலாகக் கருதப்படும் ரிக்வேத நூலின் மூலம் பண்டைய திராவிடர்களின் கட்டட அமைப்புகள், நகரங்களின் வடிவமைப்புகள், வேளாண்மை, நெல் குவிக்கும் களங்கள், அணை போன்ற பெரிய நீர்த்தேக்கங்கள், திராவிடர்களின் வீரம், வலிமை, ஆரியர்களுக்கு எதிராக அவர்கள் நடத்திய போர்கள் பற்றிய செய்திகளை எப்படி அறிய முடிகின்றதோ, அது போல மகாவம்ச நூலில் இருந்தும் இலங்கைக்குரிய தொன்மை இன மக்களைப் பற்றியும் சில செய்திகளை அறிய முடிகிறது.

இலங்கையின் ஆதிகுடிகளாக மகாவம்ச(ம்) இரண்டு இனங்களைக் கூறுகிறது. ஒன்று, நாகர் இனம். மற்றொன்று, இயக்கர் இனம்.

நாகர்கள் தொல்திராவிடர்கள் என்பது வரலாற்று ஆய்வறிஞர்களால் நிறுவப்பட்ட ஒன்று. தொன்மைத் திராவிடர்கள் தமிழர்கள் என்பதை அம்பேத்கர் உள்படப் பல்வேறு ஆய்வாளர்களும் உறுதி செய்திருக்கிறார்கள்.

ஆகவே, இலங்கையின் ஆதிகுடிகளுள் முதன்மையானவர்கள் (நாகர்கள்) தமிழர்கள் என்பதை மகாவம்ச நூலாசிரியர் மகாநாம மறைக்க முடியாமல் ஒத்துக்கொள்கிறார்.

சங்க இலக்கியங்களில் ஈழத்து நாகனார், ஈழத்துப் பூதந்ததேவனார் போன்றவர்களின் பாடல்களைப் பார்க்க முடிகின்றது. பட்டினப் பாலையில் ''ஈழத்து உணவும்'' என்ற வரியைப் பார்க்கிறோம். ஈழத்து உணவு என்பதில் கருத்து வேறுபாடு இருக்கிறது. அது விவாதத்துக்கு உட்படுத்தப்பட வேண்டிய ஒன்று என்பது ஒருபுறம் இருந்தாலும், மேற்கண்ட செய்திகளின் மூலம், கிருத்து தோன்றுவதற்கு முன்பே ஈழத்தமிழர்கள் அறிஞர்களாகவும்,

கடலோடி வணிகம் செய்யும் நாகரீகவளம் பெற்றவர்களாகவும் இருந்துள்ளார்கள் என்பதை அறிய முடிகிறது.

இலங்கையில், "நாகர் வாழ்ந்த நாடு நாகதீபம் என்றழைக்கப்பட்டது. இது தற்கால வடமாகாணத்தையும், வட மேல் மாகாணத்தின் சில பகுதிகளையும், மேல் மாகாணத்தின் சில பகுதிகளையும் உள்ளடக்கிய நாடாகத் திகழ்ந்தது" என்கிறார் எஸ்.பொன்னுதுரை என்ற எஸ்.பொ. இந்தப் பகுதிகள் இன்று தமிழீழமாகச் சுட்டிக்காட்டப்படும் பகுதியில் அடங்கியிருக்கின்றன.

இலங்கையின் அடுத்த தொல்குடியினர் இயக்கர்கள். இவர்கள் பற்றிய சரியான செய்திகள் சான்றுகளுடன் இல்லை.

மகாவம்ச ஆங்கில நூலின் மிகச்சிறந்த தமிழ் மொழிபெயர்ப்பைத் தந்துள்ள எஸ்.பொ., விபுலானந்த அடிகளை மேற்கோள்காட்டித்தரும் குறிப்பின்படி, இலங்கையின் மத்திய மலைப்பகுதியில் இருக்கும் ஒரு நிலப்பகுதி சப்பிர என்று அழைக்கப்பட்டது. சப்பிர என்பதும் புலிந்த என்பதும் ஒரே கருத்துடைய சொற்கள். புலிந்தர் என்பது வேடரைக் குறிக்கும் சொல்.

மகாவம்ச(ம்) நமக்கு அறிமுகப்படுத்தும் முதல் இயக்கர் குலப் பெண்ணான குவெய்னியின் சந்ததியர்கள் இந்தப் புலிந்தர்கள் என்று அந்நூலின் அத்தியாயம் 7இல் ஸ்லோகம் 68 உறுதி செய்கிறது. ஆக, இயக்கர்கள் என்பவர்கள், இலங்கையின் வேட்டுவ இனத்தைச் சேர்ந்த வேடர்கள் என்று அறிய முடிகிறது. இவர்கள் நாகரிகவளம் பெறாதவர்கள்.

இவற்றின்மூலம் இலங்கையின் ஆதித் தமிழர்களான நாகர்களும், வேட்டுவ குடியைச் சேர்ந்த இயக்கர்களும் தொல் திராவிடர்கள் என்பது உறுதி பெறுகிறது. இதே காலத்தில் அங்கு சிங்களர் என்ற இனம் இருந்ததாக மகாவம்ச(ம்) ஒரு குறிப்பைக் கூடத்தரவில்லை என்பது கவனிக்கப்பட வேண்டிய செய்தி.

சிங்களர் யார்?

வங்க நாட்டைச் சேர்ந்த அரசன் ஒருவன், கலிங்க (ஒரிசா) நாட்டைச் சேர்ந்த அரசன் மகளை மணந்தான்.

அவர்களுக்கு ஒரு பெண்குழந்தை பிறந்தது. அவள் பருவம் எய்தியபின் ஒரு காட்டுச் சிங்கத்துடன் உடலுறவுப் புணர்ச்சி செய்து, இரண்டு குழந்தைகளைப் பெற்றாள். மூத்த மகன் சிகபாகு. இளைய மகள் சிகசீவலி.

அண்ணன் தங்கையான இவர்கள் இருவருக்கும் பிறந்த மூத்த மகன் விஜயன். இவன் ஒழுக்க கேடுடைய கொடியவன். ஆதலால் நாடு கடத்தப்பட்டான். நாடு கடத்தப்பட்ட இவன், இலங்கையின் புத்தளத்துக்கு அருகில் தம்பபண்ணி என்னும் இடத்துக்கு கடல் வழியாக வந்து சேர்கிறான்.

அங்கே இலங்கையின் ஆதிகுடியான வேட்டுவ இயக்கர் குடியைச் சேர்ந்த குவண்ணாவைப் புணர்ந்து (குவண்ணாவை குவெய்னி என்றும் அழைப்பார்கள்) பிள்ளைகளைப் பெறுகிறார்கள். இவர்களின் சந்ததியினரே பின்னாளில் சிங்களவர் என்று அழைக்கப்பட்டனர்.

"பாணாந்துறையில் இருந்து காலி வரை செறிந்து வாழும் சிங்களர் சலாகம சாதியைச் சேர்ந்தவர்கள். அவர்கள் பதினான்காம் நூற்றாண்டில் இலங்கைக்கு வந்து சேர்ந்த சேரர் தமிழர். சிங்களப் பெண்களை மணந்து சிங்களரானார்கள். அவ்வாறே துறவா என்கிற சாதியாரும் சேரர் வழிவந்தவர்களே. 1815 வரை கண்டியை அரசாண்ட மதுரை நாயக்க அரசாளும் வர்க்கத்தைச் சேர்ந்த பிரபுக்கள் பலரும் மலைநாட்டுச் சிங்களருடன் கரைந்து போனார்கள். சிலாபம் தொடங்கி வத்தளை வரையிலும் வாழ்ந்த கத்தோலிக்க மதத்தைச் சேர்ந்த தமிழ் பேசிய மீனவ சமூகத்தினர் கடந்த ஒரு நூற்றாண்டுக்குள், என் கண்முன்னாலும் சிங்கள மயமானவர்கள்" என்று சொல்லும் எஸ்.பொ.வின் செய்தி ஓர் உண்மையைப் புலப்படுத்துகிறது.

வங்கநாடு, கலிங்க நாடு, இலங்கையின் இயக்கர் குடி, கேரள மலையாளிகள், கிருத்துவ மீனவ சிறுபான்மைத் தமிழர்களின் குருதிக் கலப்பினால் உருவான கலப்பு இனமே சிங்களர்கள். மாறாக, அவர்கள் இலங்கையின் தொல்குடித் திராவிடத் தமிழர்களைப் போல ஒரு தனி இனம் அல்ல.

சிங்களவர்களின் முதன் குடிமகனாக மகாவம்சவால் காட்டப்படும் விஜயனின் முன்னோர்கள் வங்கம் - ஒரிசாவைச் சேர்ந்த ஆரிய இனச் சத்திரியர்களாக, ஆரிய இனச்சார்புடன், இலங்கைக்கு அகதிகளாக வந்து குடியேறிய வந்தேறிகள் என்ற முடிவே சரியானதாகும்.

சிங்களவர்கள் பவுத்தத்தை ஏற்றுக்கொண்டவர்கள். அவர்கள் ஆரிய சார்புடையவர்கள் என்பதனால், அவர்கள் ஏற்றுக்கொண்ட பவுத்தம் ஆரியவாத மகாயானம். அதாவது, திராவிடர்களுக்கு எதிரான பவுத்தம்.

இலங்கைக்கு பவுத்தம் எப்படி வந்தது-?

வின்சன்ட் ஸ்மித் சொல்கிறார்:

''இலங்கையின் புத்த துறவிகள் தங்கள் நாட்டில் பவுத்த சமயம் நேரடியாக மகதத்திலிருந்து மகேந்திர, சங்க மித்திர போன்றவர்களால் வந்தது என்பதை நிலைநிறுத்தவே விரும்பினார்கள். தாங்கள் வெறுக்கும் தமிழர்களிடம் இருந்து பவுத்தம் இலங்கைக்கு வந்தது என்பதைக் கூறிக்கொள்ள அவர்கள் விரும்பவில்லை''.

தமிழர்கள் மீது சிங்களர்களின் வெறுப்பைத் துல்லியமாக பதிவு செய்கிறார் ஸ்மித். அசோகரின் கல்வெட்டுகள் மூலம் தமிழகத்தின் தென்கோடி வரை அசோகரால் பவுத்தம் கொண்டுவரப்பட்டது என்பதை அறியும் அதேசமயம், இலங்கை பற்றிய எந்த ஒரு குறிப்பையும் அசோகர் தன் கல்வெட்டின் மூலம் தரவில்லை. சீன ஆவணக் குறிப்புகள் இலங்கைக்குத் தமிழ்நாட்டில் இருந்துதான் பவுத்தம் சென்றதாகக் கூறுகின்றன.

இருந்தாலும், தமிழர் மீது இனப்பகை கொண்ட மகாவம்ச நூல், மகேந்திர, சங்கமித்ர ஆகிய இருவரையும் கற்பனையில் உருவாக்கி, மகேந்திர வானத்தில் பறந்தும், சங்கமித்ர கடல் வழியாகவும் இலங்கைக்குப் பவுத்தத்தைக் கொண்டுவந்தார்கள் என்று துணிந்து கூறும் பொய்மைக்குக் காரணம் (சிங்கள) ஆரியத்துக்கும் (தமிழ்) திராவிடருக்குமான போரே அன்றி வேறல்ல.

சிங்களர்களே இல்லாத பண்டைய இலங்கையில் நாகர்களும் இயக்கர்களும் வாழ்ந்தபோது, மகதத்தில் இருந்து புத்தர், இலங்கைக்கு மூன்று முறை வந்ததாகவும், அந்த மூன்று முறையும் புத்தர், நாகர்களையும், இயக்கர்களையும் காட்டுக்கு விரட்டியடித்ததாக மகாவம்ச முதல் அத்தியாயம் கூறுகிறது.

உண்மையில் புத்தர் தான் இறக்கும் வரை, மகத நாட்டைவிட்டு அவர் வேறு எங்கும் சென்றதில்லை என்பது வரலாறு.

இலங்கைப் பவுத்தம் மகாயான ஆர்ய ஸ்தரீர நிகாய பிரிவைச் சேர்ந்தது. ஆகவே ஆரிய சூழ்ச்சியின் அடிப்படையில், திராவிடரான புத்தரே, இலங்கைத் திராவிட தொல்குடிகளான நாகர், இயக்கர்களை காட்டுக்கு விரட்டி அடித்ததாகச் சொல்லும் பொய்மைக்குக் காரணம் ஆரியத் திராவிடப் போரே அன்றி வேறல்ல.

புத்தரின் நினைவாக மகத்தில் இருந்து இலங்கை அனுராதபுரத்துக்குக் கொண்டு சென்ற போதிமரத்தை, போகும் வழியில் திக்கவ என்ற ஆரியனின் கிராமத்துக்குக் கொண்டு சென்று, அவனுக்கு முதல் மரியாதை செய்யப்பட்டது.

பாண்டுகோபய என்ற சிங்கள பவுத்த மன்னன் அவையில் சந்த என்ற ஆரியன் ராஜகுருவாக இருந்திருக்கிறான். அவனால் வர்ணாசிரமம் - சண்டாளர் குடியிருப்பு விரிவடைந்துள்ளது.

பவுத்த தேவனாம்பிய மன்னனின் ராஜகுரு ஓர் ஆரியன் என்பதை மகாவம்ச(ம்) வெளிப்படையாகச் சொல்கிறது.

புத்தர் ஆரியத்தை, ஆரிய ராஜகுருக்களை முற்றிலும் வெறுத்து ஒதுக்கியவர். ஆனால் இலங்கை பவுத்த சிங்களவர்கள், புத்தர் ஒதுக்கிய ஆரிய ராஜகுருக்களைத் தலைமை பீடத்தில் வைத்துக்கொண்டு, ஆரிய - சிங்களக் கூட்டுத்தலைமையில் திராவிடருக்கு எதிராக நடத்திய போரின் அடையாளம் ஆரிய - திராவிடப்போர்.

எஸ்.பொ. சொல்கிறார்: "மகாவம்சவில் பல்வேறு இடங்களிலே பிராமணர் பற்றிய குறிப்புகள் வருகின்றன. அனைத்திலுமே சிங்களர் மேலாதிக்கத்தை நிலைநாட்ட, சிங்களர் சார்பாக, தமிழர் விரோதமான நடவடிக்கையிலேயே பிராமணர் ஈடுபட்டார்கள் என்பது அழுத்தமாகப் பதிவாகியுள்ளது''.

மகாசம்சவின் தலைநாயகனாக காட்டப்படுபவன் துட்டகாமினி. இவன் திராவிட இனத்தை, தமிழர்களை பூண்டோடு ஒழிக்க வேண்டும் என்ற கொள்கை உடையவன்.

ஒரு தடவை காமினி கூனிக்குறுகிப் படுத்திருந்தான். ஏன் இப்படிப் படுத்திருக்கிறாய் என்று கேட்டதற்கு அவன், "வடக்கில் தமிழர்கள் இருக்கிறார்கள். தெற்கில் கடல் இருக்கிறது. எப்படி நான் நிமிர்ந்து, சுதந்தரமாகத் தூங்குவேன்'' என்று சொல்கிறான்.

இதன் பொருள், "தெற்கே உள்ள கடலை அழிக்க முடியாது. ஆனால் வடக்கில் வாழும் தமிழர்களை அழித்து ஒழித்தால் தான் சிங்களவர்கள் சுதந்தரமாக இருப்பார்கள்'' என்பதுதான்.

ஈழத்தின் இணையற்ற மாவீரர், தமிழ் மன்னர் எல்லாலர் சிங்கள அதிகார மட்டத்துக்குச் சிம்ம சொப்பனமாக விளங்கியவர்.

அந்த மாவீரரின் முதல் படைவீரனைக் கொன்ற கத்தியின் இரத்தத்தை, அதே வீரனின் தலைமேல் ஏறி நின்று கொண்டு

பச்சையாகக் குடிக்க வேண்டும் என்று துட்டகாமினியின் தாய் சொல்வதாக மகா வம்ச(ம்) சொல்கிறது. இவள்தான் இன்றும் இலங்கையின் ராஜமாதா(!).

மேலே சுட்டிக் காட்டப்பட்ட துட்டகாமினி, அவனின் தாய் இருவரின் கொலைவெறி, இனவெறிப் பேச்சுகளை கி.பி.6ஆம் நூற்றாண்டில் பதிவு செய்து வளர்த்தது ஆரிய மகாவம்சம். அதன் மனிதநேய எதிர்ப்பின் விளைவை இன்றும் ஈழமண் அனுபவித்துக் கொண்டுதான் இருக்கிறது-.

திராவிடர்கள் வாழ்ந்த பண்டைய இந்தியாவில் நுழைந்த ஆரியர்கள், கடவுள், யாகம், பூசைகள், சாத்திரங்கள் என்று திராவிட இனத்தை மயங்கச் செய்து அதிகாரத்துக்குள் நுழைந்தார்கள்.

ஆரியம் ஏற்றத்தாழ்வை உருவாக்கியது. சதுர்வருணக் (நால்வருணம்) கோட்பாட்டை உருவாக்கி, அதன் வழியாக சாதியத்தைப் பிறப்பின் அடிப்படையாக ஆக்கியது.

ஆரியர்கள் பூசாரியானர்கள், ராஜகுருவாக மாறினார்கள். திராவிடர்கள் ஆரியத்தின் சூழ்ச்சியினால், ஆரியத்தால் வீழ்ந்தார்கள்.

புத்தரின் தோற்றம் ஆரியத்தை அதிரவைத்தது. பவுத்த "சங்கம்" என்ற புத்தர் தோற்றுவித்த பகுத்தறிவு இயக்கம், திராவிட மக்களை விழிப்படையச் செய்தது.

மவுரியப் பேரரசு ஆரியத்தை ஆடவிடாமல் அடக்கிவைத்தது. காரணம் பவுத்தம்.

ஆகவே, பவுத்தத்தை அழிக்க முயன்ற ஆரியம் தோல்வியடைந்ததால், பவுத்தத்தை ஆரிய மயமாக்க முனைந்து, அதை நாகார்ச்சுனரின் மூலம் நிறைவேற்றியது. அதனால் தோன்றிய ஆரிய மகாயானம் பவுத்தத்தில் குழப்பத்தை ஏற்படுத்தியது.

சமூக நீதி, சமூக விடுதலை, மனித சமத்துவத் தலைவரான புத்தரை வெறும் அகிம்சாவாதியாக ஆக்கியது ஆரியம். அது புத்தரைக் கடவுளாகக் காட்டியது. விஷ்ணுவின் அவதாரம் என்றும் திரித்துக் கூறியது.

பகுத்தறிவுத் தேரவாத பவுத்தம், மகாயான பவுத்த மதமாக காட்சியளிக்கச் செய்தார்கள் ஆரியர்கள்.

பவுத்த திரிபிடகங்களிலும்கூட திரித்தல் வேலைகள் செய்து அதையும் மதநூலாக மாற்றும் முயற்சியில் ஆரியம் முனைந்தது.

பவுத்தத்தின் போர்வையில் மகாவம்ச போன்ற இனவெறி, கொலைவெறியைத் தூண்டும் நூல்கள் உருவாக்கப்பட்டன.

நாடற்ற ஆரியம், இந்திய மண்ணில் தன் ஆதிக்கத்தை நிலைநிறுத்தி, சதுர்வருணம் அடிப்படையில் அவர்களுக்கான ஆரிய இலட்சியக் கோட்பாட்டை நிலைநிறுத்த முனைந்தது.

ஆரியம் ஆத்திகம். திராவிடம் நாத்திகம். சமூக களத்தில் ஆத்திகமும் நாத்திகமும் எதிர்எதிர் அணிகள்.

ஆத்திகத்தின் மவுடீகத்தை வீழ்த்தி, நாத்திகத்தின் சமநீதிக்காக முதல் குரல் கொடுத்தவர் புத்தர். அவர் உருவாக்கிய இயக்கம் பவுத்தம். அதுவே ஆரிய திராவிடப் போரின் தொடக்கம்.

●

பயன்பட்ட நூல்கள் :

1. புத்தரும் அவர் தம்மமும் - டாக்டர் அம்பேத்கர்
2. அம்பேத்கர் நூல் தொகுதிகள் - 7,13,14
3. இந்தியத் தத்துவ இயலில் நிலைத்திருப்பனவும் அழிந்தனவும் - தேவிபிரசாத் சட்டோபாத்தியாயா
4. உலகாயதம் - தேவிபிரசாத் சட்டோபாத்தியாயா
5. இந்தியத் தத்துவ இயல் - தேவிபிரசாத் சட்டோபாத்தியாயா
6. பவுத்தத் தத்துவ இயல் - ராகுல சாங்கிருத்தியான்
7. ரிக்வேத கால ஆரியர்கள் - ராகுல சாங்கிருத்தியான்
8. அசோகர், இந்தியாவின் பவுத்தப் பேரரசர் - வின்சென்ட் ஏ.ஸ்மித்
9. அசோகரின் கல்வெட்டுகள் - தினேஷ் சந்திர சர்க்கார்
10. உலக வரலாறு (முதல் தொகுதி) - ஜவகர்லால்நேரு
11. காலந்தோறும் பிராமணியம் (முதல்பாகம்) - அருணன்
12. தமிழரின் தத்துவ மரபு (பகுதி ஒன்று) - அருணன்
13. புத்தர், தர்மமும் சங்கமும் - அருணன்
14. குடும்பம், தனிச்சொத்து, அரசு ஆகியவற்றின் தோற்றம் - பிரட்ரிக் ஏங்கெல்ஸ்
15. பவுத்தம் : மிகச்சுருக்கமான அறிமுகம் - தாமியென் கோவன்
16. புத்தர் :மிகச் சுருக்கமான அறிமுகம் - மைக்கேல் கேரிதர்ஸ்
17. இந்தியாவின் வரலாறு - பொன்காரத் லேவின் (அன்தோனவா - கத்தோவ்ஸ்கி)
18. பண்டைய வேதத் தத்துவங்களும் வேதமறுப்புப் பவுத்தமும் - நா. வானமாமலை
19. மகாவம்ச (சிங்களர் கதை) - எஸ்.பொ.,
20. பவுத்தத்தின் சமூக தத்துவமும் சமத்துவமின்மைப் பிரச்னையும் - உமா சக்கரவர்த்தி

21. அபிதான சிந்தாமணி - ஆ. சிங்காரவேலு முதலியார்
22. புத்தரின் போதனைகள் - ப.ராமசாமி
23. பவுத்த தருமம் - ப.ராமசாமி
24. கோதம புத்தர் - ஆனந்தகுமாரசாமி - ஐ.பி.ஹார்னர்
25. யுவான் சுவாங் - (தமிழில்) எஸ்.வீ. இராகவன்
26. பாகியான் - (தமிழில்) எஸ்.வீ. இராகவன்
27. புத்த சரித்திரம், பவுத்த தருமம் - உ.வே.சாமிநாதர்
28. பாரத நாட்டின் வரலாற்றில் ஆறு பொன்னேடுகள் - வீரசாவர்க்கர்